AF189324

Impressum
Verlag: BABADADA GmbH, Nedderfeld 112 , 22529 Hamburg
Geschäftsführer / Verlagsleitung: Harald Hof
Druck: Books on Demand GmbH, In de Tarpen 42, 22848 Norderstedt

Imprint
Publisher: BABADADA GmbH, Nedderfeld 112 , 22529 Hamburg, Germany
Managing Director / Publishing direction: Harald Hof
Print: Books on Demand GmbH, In de Tarpen 42, 22848 Norderstedt, Germany

Šola

trường học

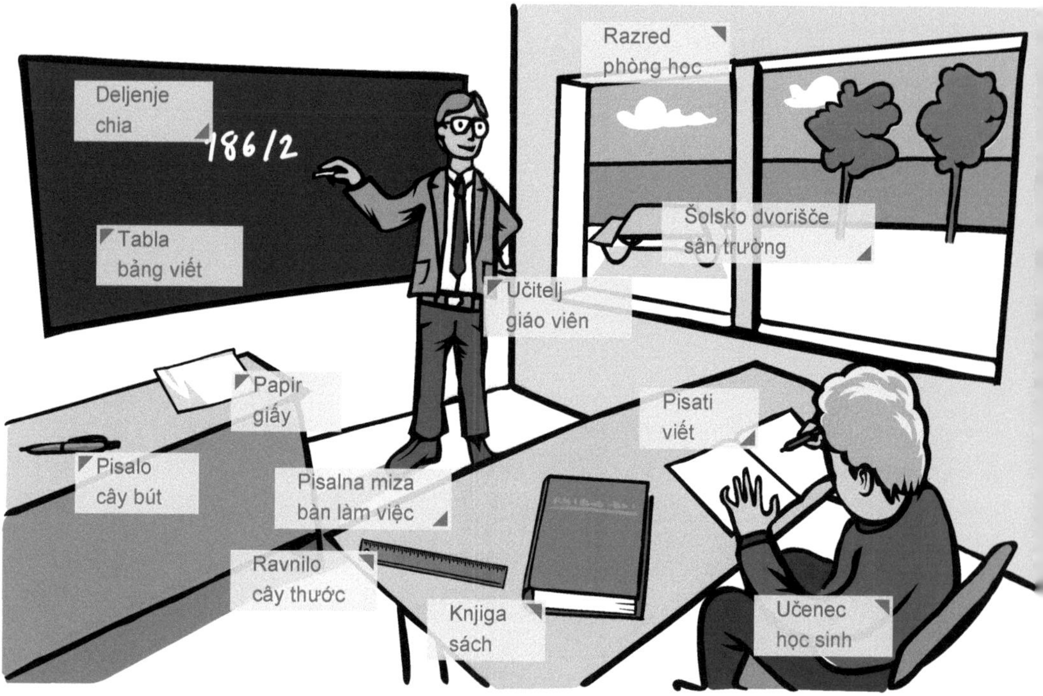

Razred
phòng học
Deljenje
chia
186/2
Tabla
bảng viết
Šolsko dvorišče
sân trường
Učitelj
giáo viên
Papir
giấy
Pisati
viết
Pisalo
cây bút
Pisalna miza
bàn làm việc
Ravnilo
cây thước
Knjiga
sách
Učenec
học sinh

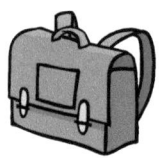

Šolska torba

cặp đeo vai học sinh

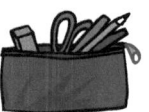

Peresnica

hộp đựng bút

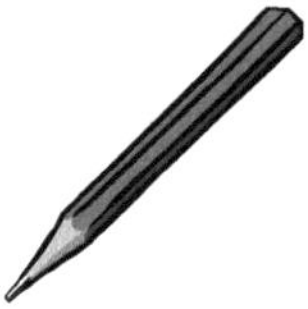

Svinčnik

bút chì

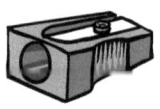

Šilček

cái gọt bút chì

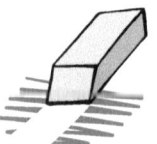

Radirka

cục tẩy

Risalni blok

tập giấy vẽ

Risba

bản vẽ

Čopič

cọ vẽ

Vodene barvice

hộp mực vẽ

Škarje

cây kéo

Lepilo

keo dán

Zvezek

sách bài tập

Domača naloga

bài tập ở nhà

12

Število

số

2+2

Seštevanje

cộng

5-2

Odštevanje

trừ

2×2

Množenje

nhân

Računanje

tính toán

A

Črka

chữ cái

ABCDEFG HIJKLMN OPQRSTU VWXYZ

Abeceda

bảng chữ cái

hello

Beseda

từ

Besedilo

văn bản

Brati

đọc

Kreda

phấn viết

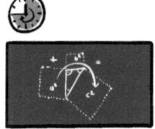

Učna ura

bài học

Redovalnica

sổ lớp

Preizkus znanja

thi kiểm tra

Spričevalo

chứng chỉ

Šolska uniforma

đồng phục học sinh

Izobrazba

giáo dục

Enciklopedija

từ điển bách khoa

Univerza

đại học

Mikroskop

kính hiển vi

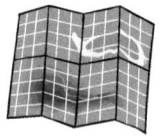

Zemljevid

bản đồ

Koš za smeti

thùng rác giấy

Potovanje
du lịch

Hotel
khách sạn
Grand
Hostel
nhà trọ
ROOMS
Menjalnica
quầy đổi tiền
Kovček
va li
Avtomobil
xe ô tô

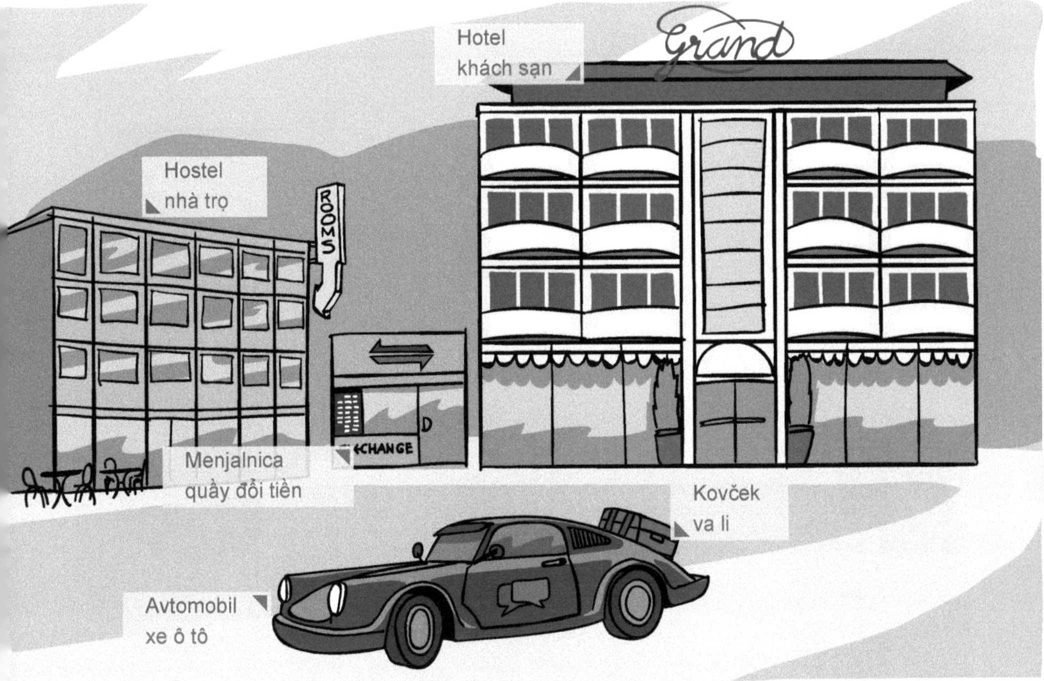

Jezik
ngôn ngữ

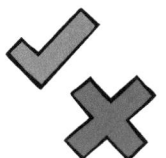

da / ne
có / không

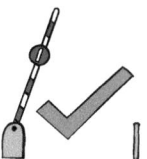

Prav
ô kê

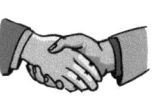

Pozdravljeni
Xin chào

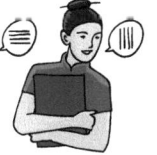

Prevajalec
thông dịch viên

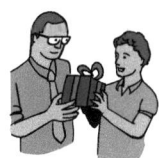

Hvala
cám ơn

Koliko stane…?

… bao nhiêu tiều?

Ne razumem

tôi không hiều

Težava

vấn đề

Dober večer!

Xin chào! (buổi tối)

Dobro jutro!

xin chào! (buổi sáng)

Lahko noč!

chúc ngủ ngon!

Nasvidenje

tạm biệt

Smer

hướng đi

Prtljaga

hành lý

Torba

túi xách

Nahrbtnik

túi ba lô

Gost

khách

Soba

phòng

Spalna vreča

túi ngủ

Šotor

lều

Turistične informacije

thông tin du lịch

Plaža

bãi biển

Kreditna kartica

thẻ tín dụng

Zajtrk

ăn sáng

Kosilo

ăn trưa

Večerja

ăn tối

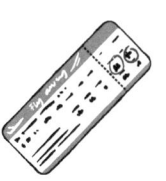

Vozovnica

vé xe

Dvigalo

thang máy

Znamka

tem bưu điện

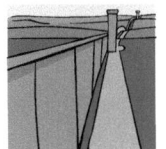

Meja

biên giới

Carina

hải quan

Veleposlaništvo

đại sứ quán

Vizum

thị thực

Potni list

hộ chiếu

Prevoz
vận chuyển

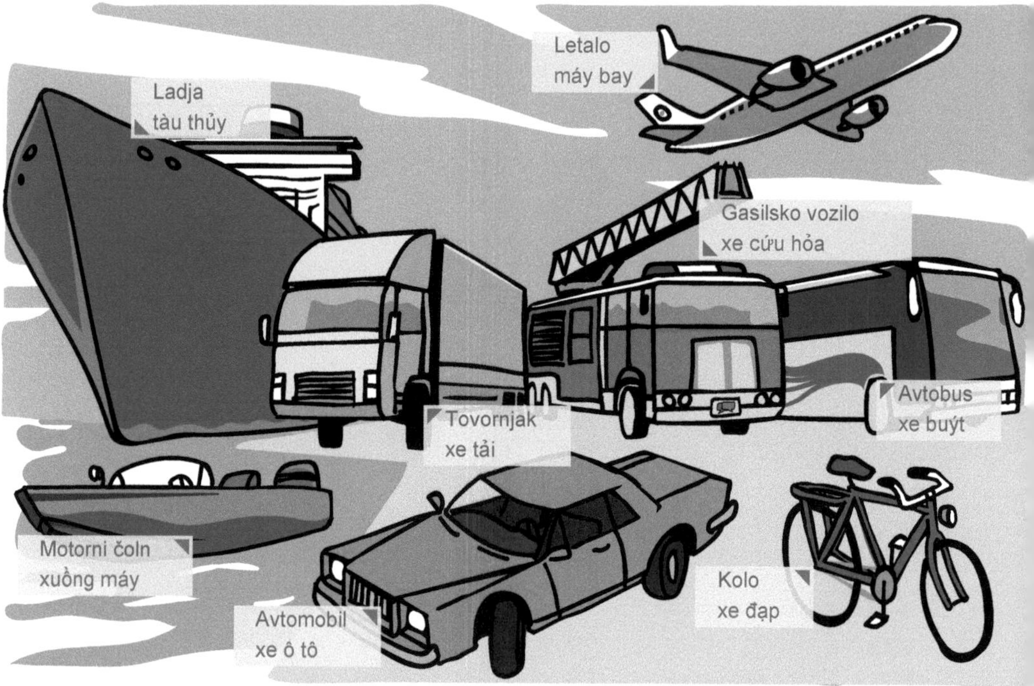

Letalo
máy bay
Ladja
tàu thủy
Gasilsko vozilo
xe cứu hỏa
Avtobus
xe buýt
Tovornjak
xe tải
Motorni čoln
xuồng máy
Kolo
xe đạp
Avtomobil
xe ô tô

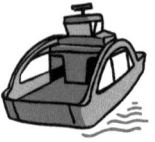

Trajekt

phà

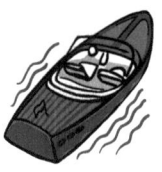

Čoln

xuồng

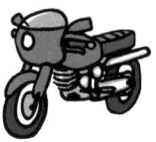

Motorno kolo

xe máy

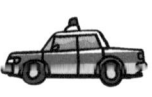

Policijski avto

xe cảnh sát

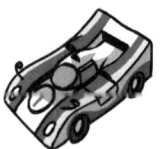

Dirkalni avto

xe đua

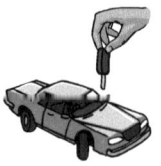

Najeto vozilo

xe cho thuê

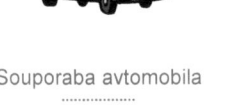

Souporaba avtomobila

dịch vụ thuê xe tự lái

Avtovleka

xe kéo cứu hộ

Smetarsko vozilo

xe rác

Motor

động cơ

Gorivo

xăng

Bencinska postaja

trạm xăng

Prometni znak

biển báo giao thông

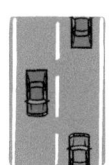

Promet

giao thông

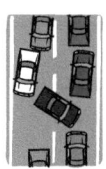

Zastoj

ách tắc giao thông

Parkirišče

bãi đậu xe

Železniška postaja

nhà ga

Tirnice

đường ray

Vlak

xe lửa

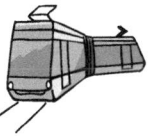

Tramvaj

tàu điện

Vagon

toa xe

Helikopter

máy bay trực thăng

Letališče

sân bay

Stolp

tháp

Potnik

hành khách

Kontejner

côngtenơ

Karton

thùng các-tông

Voziček

xe đẩy

Košara

cái giỏ

vzleteti / pristati

cất cánh / hạ cánh

Mesto
thành phố

Vas

làng

Mestno jedro

trung tâm thành phố

Hiša

nhà

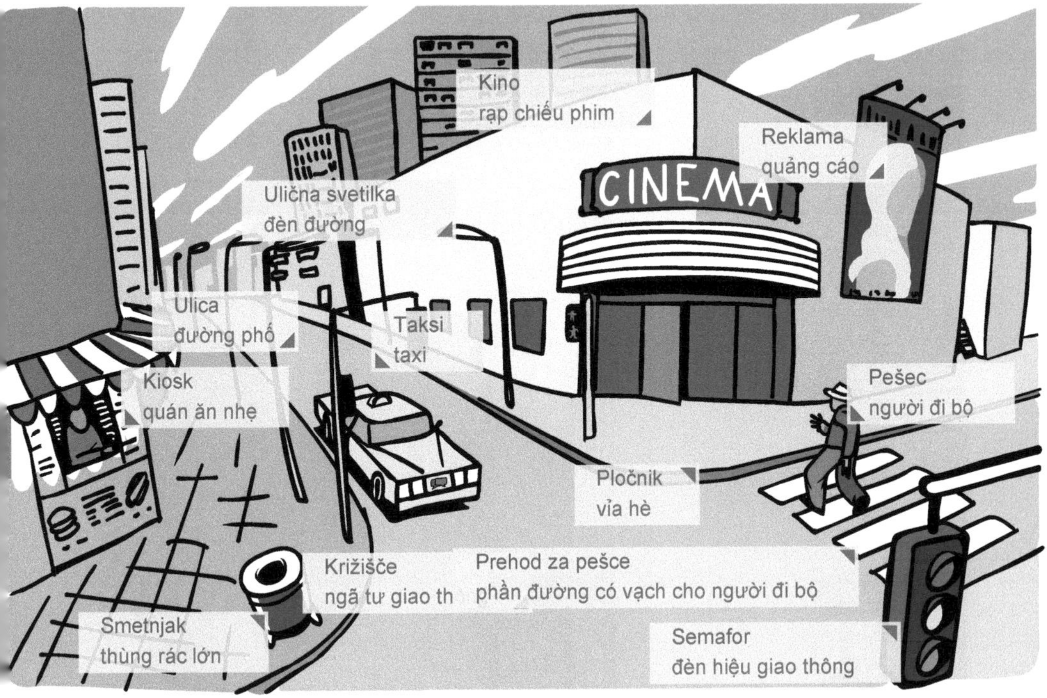

Kino
rạp chiếu phim

Reklama
quảng cáo

Uličňa svetilka
đèn đường

Ulica
đường phố

Taksi
taxi

Kiosk
quán ăn nhẹ

Pešec
người đi bộ

Pločnik
vỉa hè

Križišče
ngã tư giao th

Prehod za pešce
phần đường có vạch cho người đi bộ

Smetnjak
thùng rác lớn

Semafor
đèn hiệu giao thông

Koča

nhà chòi

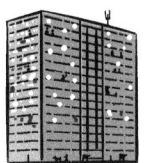

Stanovanje

căn hộ

Železniška postaja

nhà ga

Mestna hiša

tòa thị chính

Muzej

viện bảo tàng

Šola

trường học

Mesto - thành phố

11

Univerza

đại học

Banka

ngân hàng

Bolnišnica

bệnh viện

Hotel

khách sạn

Lekarna

hiệu thuốc

Pisarna

văn phòng

Knjigarna

hiệu sách

Trgovina

cửa hiệu

Cvetličarna

cửa hiệu bán hoa

Supermarket

siêu thị

Tržnica

chợ

Veleblagovnica

cửa hàng bách hóa

Ribarnica

người bán cá

Nakupovalno središče

trung tâm mua bán

Pristanišče

bến cảng

Park
công viên

Klop
ghế băng

Most
cầu

Stopnice
cầu thang

Podzemna železnica
tàu điện ngầm

Predor
đường hầm

Avtobusno postajališče
trạm xe buýt

Bar
quán bar

Restavracija
khách sạn

Poštni nabiralnik
hòm thư công cộng

Ulična tabla
bảng hiệu đường

Parkirna ura
đồng hồ đậu xe

Živalski vrt
vườn bách thú

Kopališče
bể bơi

Mošeja
nhà thờ Hồi giáo

Kmetija
nông trại

Onesnaževanje
ô nhiễm môi trường

Pokopališče
nghĩa trang

Cerkev
nhà thờ

Otroško igrišče
sân chơi

Tempelj
ngôi đền

Pokrajina
phong cảnh

List
lá cây

Kažipot
bảng chỉ đường

Pot
lối đi

Travnik
bãi cỏ

Kamen
hòn đá

Pohodnik
người đi bộ đường dài

Drevo
cây

Reka
sông

Trava
cỏ

Cvetlica
bông hoa

Dolina

thung lũng

Hrib

đồi

Jezero

hồ nước

Gozd

rừng

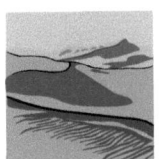

Puščava

sa mạc

Vulkan

núi lửa

Grad

lâu đài

Mavrica

cầu vồng

Goba

nấm

Palma

cây cọ

Komar

con muỗi

Muha

con ruồi

Mravlja

con kiến

Čebela

con ong

Pajek

con nhện

Hrošč

bọ cánh cứng

Žaba

con ếch

Veverica

con sóc

Jež

con nhím

Zajec

con thỏ

Sova

con cú

Ptič

con chim

Labod

thiên nga

Divji prašič

heo rừng

Jelen

con hươu

Los

nai sừng tấm

Jez

đê

Vetrnica

tuabin gió

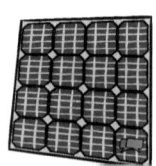

Solarna plošča

tấm năng lượng mặt trời

Podnebje

khí hậu

Restavracija
khách sạn

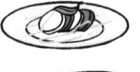

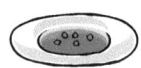

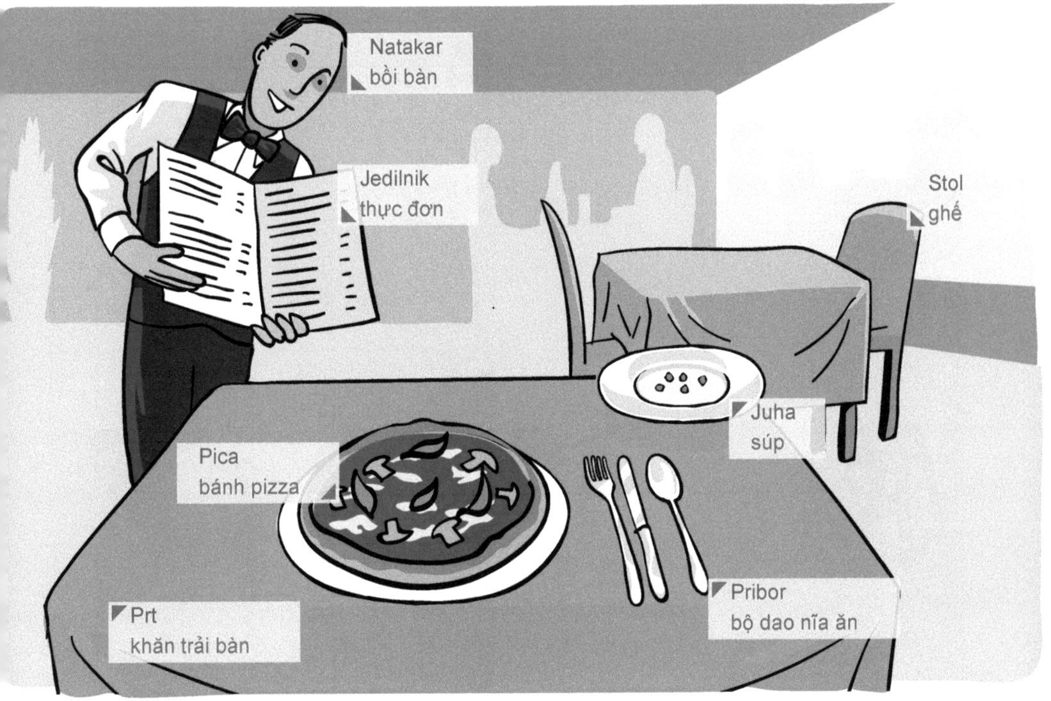
Natakar
bồi bàn
Jedilnik
thực đơn
Stol
ghế
Juha
súp
Pica
bánh pizza
Pribor
bộ dao nĩa ăn
Prt
khăn trải bàn

Predjed

món ăn khai vị

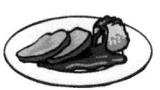

Glavna jed

món ăn chính

Sladica

món tráng miệng

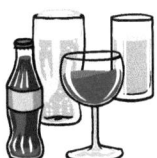

Pijače

thức uống

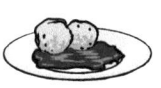

Hrana

thức ăn

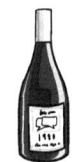

Steklenica

cái chai

Hitra hrana

thức ăn nhanh

Ulična hrana

thức ăn đường phố

Čajnik

ấm trà

Sladkornica

hộp đường

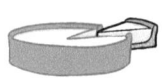

Porcija

khẩu phần

Aparat za espresso

máy pha espresso

Stolček za hranjenje

ghế cao

Račun

hóa đơn

Pladenj

khay

Nož

dao

Vilica

nĩa

Žlica

thìa

Čajna žlička

thìa uống trà

Servieta

khăn ăn

Kozarec

cốc thủy tinh

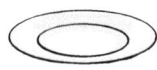

Krožnik

đĩa

Globoki krožnik

đĩa súp

Krožniček

đĩa lót cốc

Omaka

nước sốt

Solnica

lọ muối

Mlinček za poper

cái xay tiêu

Kis

giấm

Olje

dầu

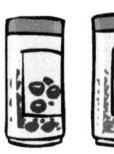

Začimbe

gia vị

Kečap

nước xốt cà chua

Gorčica

tương hạt cải

Majoneza

nước sốt mayonnaise

Supermarket

siêu thị

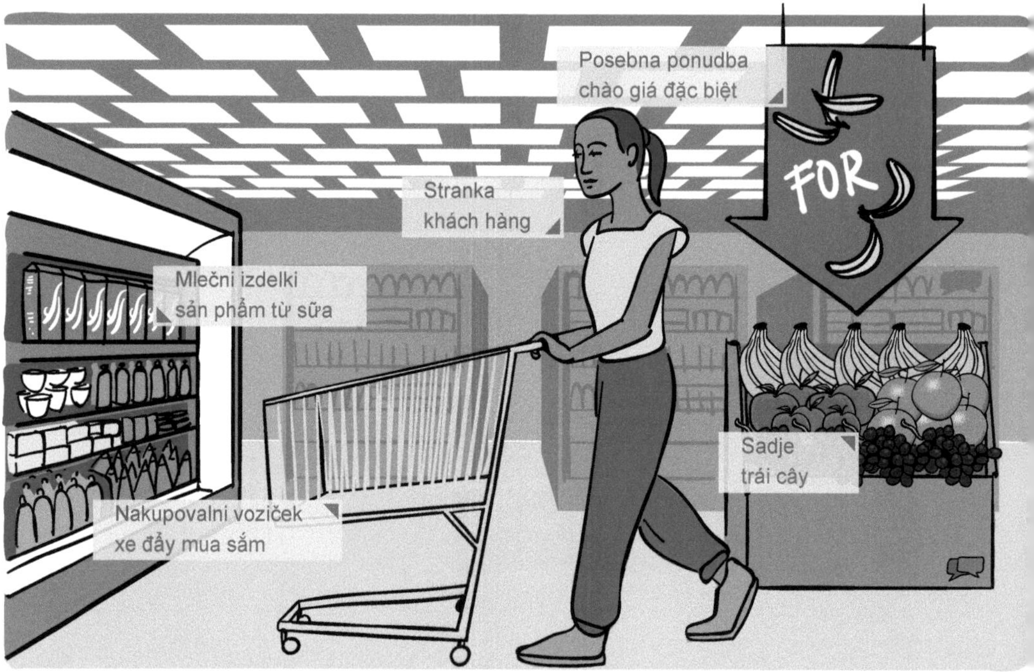

Posebna ponudba
chào giá đặc biệt
FOR
Stranka
khách hàng
Mlečni izdelki
sản phẩm từ sữa
Sadje
trái cây
Nakupovalni voziček
xe đẩy mua sắm

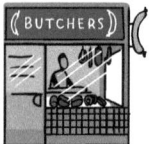

BUTCHERS

Mesnica

lò mổ

BAKERY

Pekarna

cửa hiệu bán bánh mì

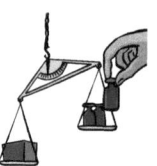

Tehtati

cân nặng

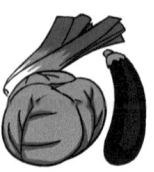

Zelenjava

rau quả

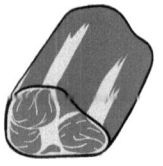

Meso

thịt

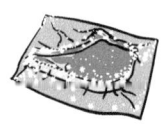

Zamrznjena hrana

thức ăn đông lạnh

Hladne mesnine

lát thịt nguội

Konzerve

đồ hộp

Pralni prašek

bột giặt

Sladkarije

đồ ngọt

Gospodinjski izdelki

sản phẩm dùng trong gia đình

Čistilno sredstvo

chất tẩy rửa

Prodajalka

người bán hàng

Blagajna

quầy trả tiền

Blagajnik

nhân viên thu ngân

Nakupovalni seznam

danh sách mua sắm

Delovni čas

giờ mở cửa

Denarnica

ví tiền

Kreditna kartica

thẻ tín dụng

Torba

túi đeo

Plastična vrečka

túi ny lông

Voda

nước

Sok

nước quả ép

Mleko

sữa

Kola

coca-cola

Vino

rượu vang

Pivo

bia

Alkohol

cồn

Kakav

cacao

Čaj

trà

Kava

cà phê

Espresso

espresso

Kapučino

cappuccino

Banana

chuối

Jabolko

quả táo

Pomaranča

quả cam

Lubenica

dưa hấu

Limona

chanh

Korenje

cà rốt

Česen

tỏi

Bambus

tre

Čebula

củ hành

Goba

nấm

Oreščki

hạt dẻ

Rezanci

mì

Špageti

mì spaghetti

Riž

cơm

Solata

xà lách

Ocvrt krompirček

khoai tây chiên

Pečen krompir

khoai tây chiên

Pica

bánh pizza

Hamburger

bánh hamburger

Sendvič

bánh mì sandwich

Zrezek

thịt côtlet

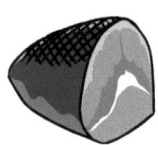

Šunka

thịt giăm bông

Salama

xúc xích

Klobasa

dồi

Piščanec

gà

Pečenka

rán

Riba

cá

Ovseni kosmiči

cháo yến mạch

Musli

cháo muesli

Koruzni kosmiči

bánh bột ngô nướng

Moka

bột mì

Rogljiček

bánh sừng bò

Žemlja

bánh mì

Kruh

bánh mì

Prepečenec

bánh mì nướng

Piškoti

bánh bích quy

Maslo

bơ

Skuta

sữa đông

Torta

bánh ngọt

Jajce

trứng

Pečeno jajce na oko

trứng rán

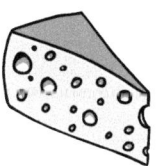

Sir

pho mát

Sladoled

kem

Sladkor

đường

Med

mật ong

Marmelada

mứt

Čokoladni namaz

kem nougat

Kari

cà ri

Kmetija
nông trại

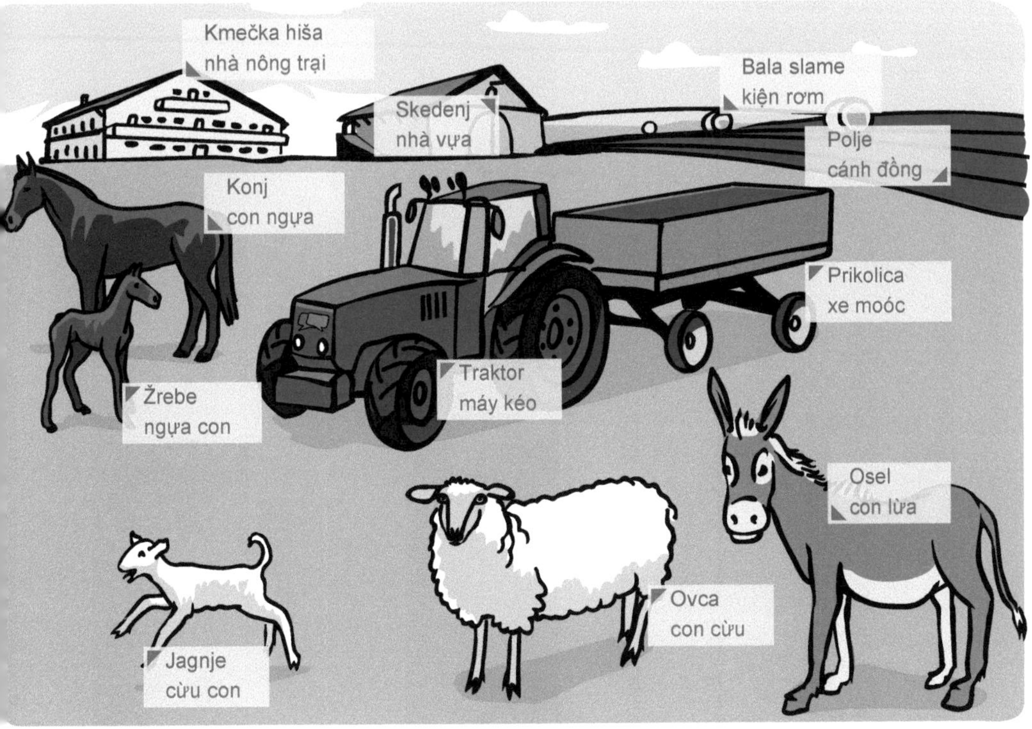

Kmečka hiša
nhà nông trại
Skedenj
nhà vựa
Bala slame
kiện rơm
Polje
cánh đồng
Konj
con ngựa
Prikolica
xe moóc
Traktor
máy kéo
Žrebe
ngựa con
Osel
con lừa
Ovca
con cừu
Jagnje
cừu con

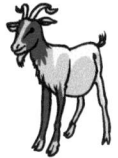

Koza
con dê

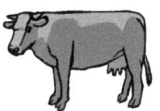

Krava
con bò

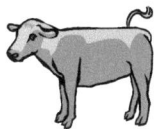

Tele
con bê

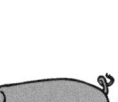

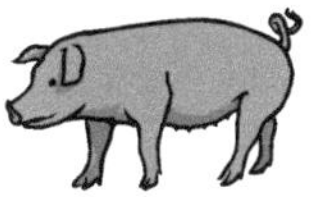

Prašič
con lợn

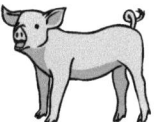

Pujsek
lợn con

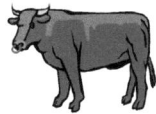

Bik
bò đực

Gos

con ngỗng

Raca

con vịt

Piščanec

gà con

Kokoš

gà mái

Petelin

gà trống

Podgana

con chuột

Mačka

mèo

Miš

chuột nhắt

Vol

bò đực

Pes

con chó

Pasja uta

nhà chuồng chó

Cev za zalivanje

ống tưới vườn cây

Kangla za zalivanje

thùng tưới cây

Kosa

lưỡi hái

Plug

cái cày

Srp

cái liềm

Motika

cái cuốc

Vile

cái chĩa

Sekira

cái rìu

Samokolnica

xe cút kít

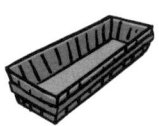

Korito

máng ăn

Kangla za mleko

lọ sữa

Vreča

bao tải

Ograja

hàng rào

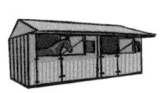

Hlev

chuồng

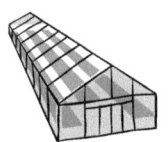

Rastlinjak

nhà kính trồng cây

Prst

đất trồng

Seme

hạt giống

Gnojilo

phân bón

Kombajn

máy gặt đập liên hợp

Žeti

thu hoạch

Žetev

mùa thu hoạch

Jam

khoai lang

Pšenica

lúa mì

Soja

đậu nành

Krompir

khoai tây

Koruza

ngô

Oljna ogrščica

hạt cải dầu

Sadno drevo

cây ăn trái

Maniok

sắn

Žito

ngũ cốc

Hiša
nhà

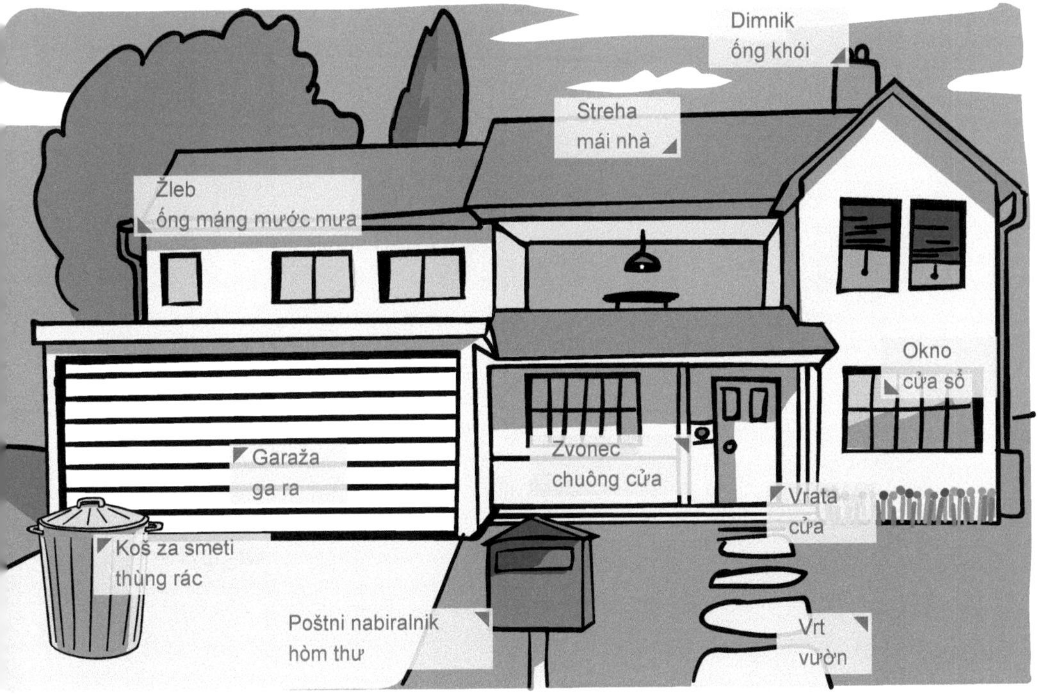
Dimnik
ống khói
Streha
mái nhà
Žleb
ống máng mước mưa
Okno
cửa sổ
Zvonec
chuông cửa
Garaža
ga ra
Vrata
cửa
Koš za smeti
thùng rác
Poštni nabiralnik
hòm thư
Vrt
vườn

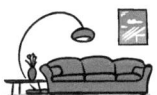

Dnevna soba

phòng khách

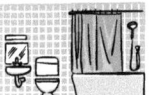

Kopalnica

phòng tắm

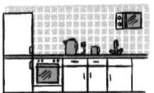

Kuhinja

bếp

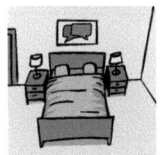

Spalnica

phòng ngủ

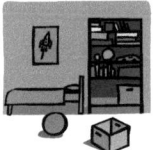

Otroška soba

phòng trẻ em

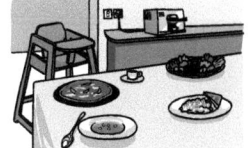

Jedilnica

phòng ăn

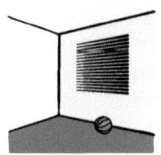

Tla

nền nhà

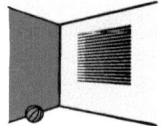

Stena

tường

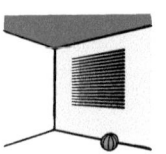

Strop

trần nhà

Klet

tầng hầm

Savna

tắm hơi

Balkon

ban công

Terasa

sân hiên

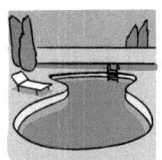

Bazen

bể bơi

Kosilnica

máy cắt cỏ

Rjuha

khăn trải giường

Posteljno pregrinjalo

khăn trải giường

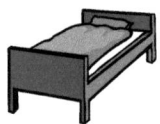

Postelja

giường

Metla

chổi

Vedro

cái xô

Stikalo

công tắc điện

Dnevna soba
phòng khách

Tapeta
giấy dán tường
Slika
hình ảnh
Svetilka
đèn
Polica
cái kệ
Omara
tủ
Televizor
ti vi
Kamin
lò sưởi
Cvetlica
bông hoa
Blazina
gối
Zofa
ghế sofa
Vaza
bình hoa
Daljinski upravljalnik
điều khiển từ xa

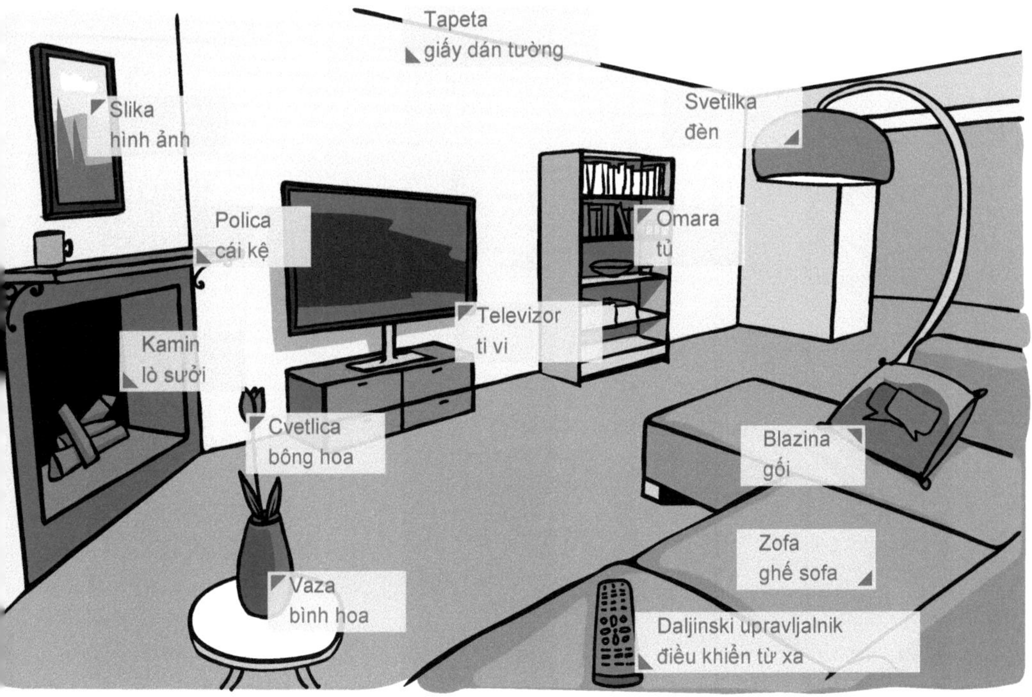

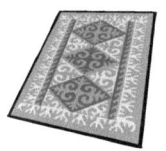

Preproga

thảm

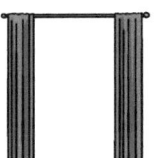

Zavesa

rèm

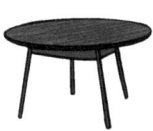

Miza

cái bàn

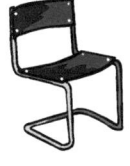

Stol

ghế

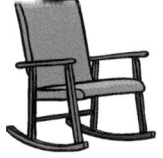

Gugalnik

ghế bập bênh

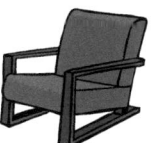

Naslanjač

ghế bành

Knjiga

sách

Odeja

cái chăn

Dekoracija

đồ trang trí

Drva

củi

Film

phim

Glasbeni stolp

máy hi-fi

Ključ

chìa khóa

Časopis

báo

Slika

bức tranh

Plakat

áp phích

Radio

radio

Beležka

sổ ghi chép

Sesalnik

máy hút bụi

Kaktus

cây xương rồng

Sveča

cây nến

Kuhinja
bếp

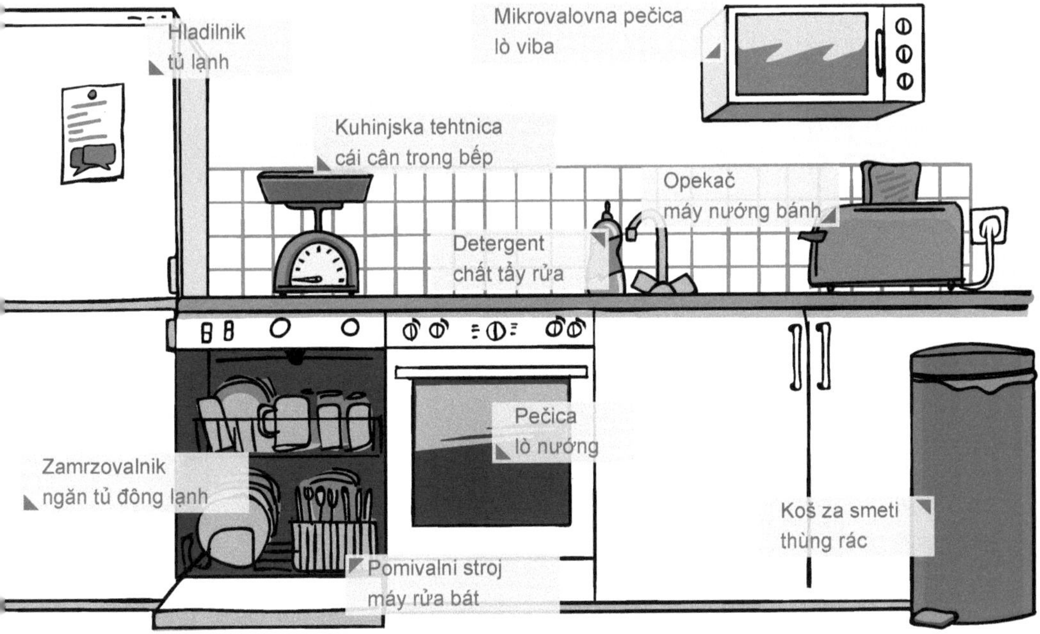

Hladilnik
tủ lạnh
Mikrovalovna pečica
lò viba
Kuhinjska tehtnica
cái cân trong bếp
Opekač
máy nướng bánh
Detergent
chất tẩy rửa
Pečica
lò nướng
Zamrzovalnik
ngăn tủ đông lạnh
Koš za smeti
thùng rác
Pomivalni stroj
máy rửa bát

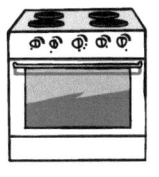

Kozica

lò nấu

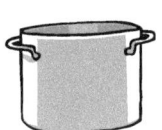

Lonec

nồi

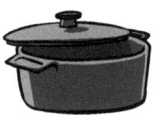

Litoželezni lonec

nồi sắt

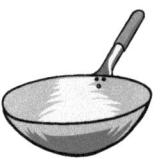

Vok / kadai

chảo

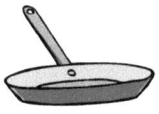

Ponev

chảo

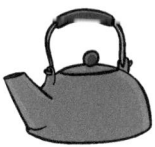

Kotliček

ấm đun nước

Parni kuhalnik

nồi đun hơi

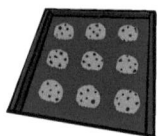

Pekač

khay lò nướng

Posoda

bát đĩa

Skodelica

cốc

Skleda

cái bát

Jedilne paličice

đũa

Zajemalka

cái vá

Lopatica

bàn xẻng

Metlica

que đánh kem

Cedilnik

rây dùng trong bếp

Cedilo

cái rây lọc

Strgalo

cái nạo

Možnar

vữa

Žar

vỉ nướng

Ognjišče

ngọn lửa trần

Deska za rezanje

cái thớt

Valjar

trục cán bột

Odpirač za steklenice

cái mở nút chai

Pločevinka

vỏ đồ hộp

Odpirač za konzerve

cái mở vỏ đồ hộp

Prijemalka za posodo

miếng nhấc nồi

Korito

bồn rửa bát

Ščetka

bàn chải

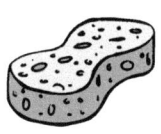

Goba

miếng xốp

Mešalnik

máy xay

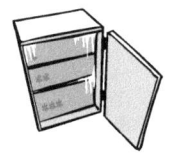

Zamrzovalna skrinja

tủ đông lạnh

Steklenička

bình sữa cho trẻ sơ sinh

Pipa

vòi nước

Kopalnica
phòng tắm

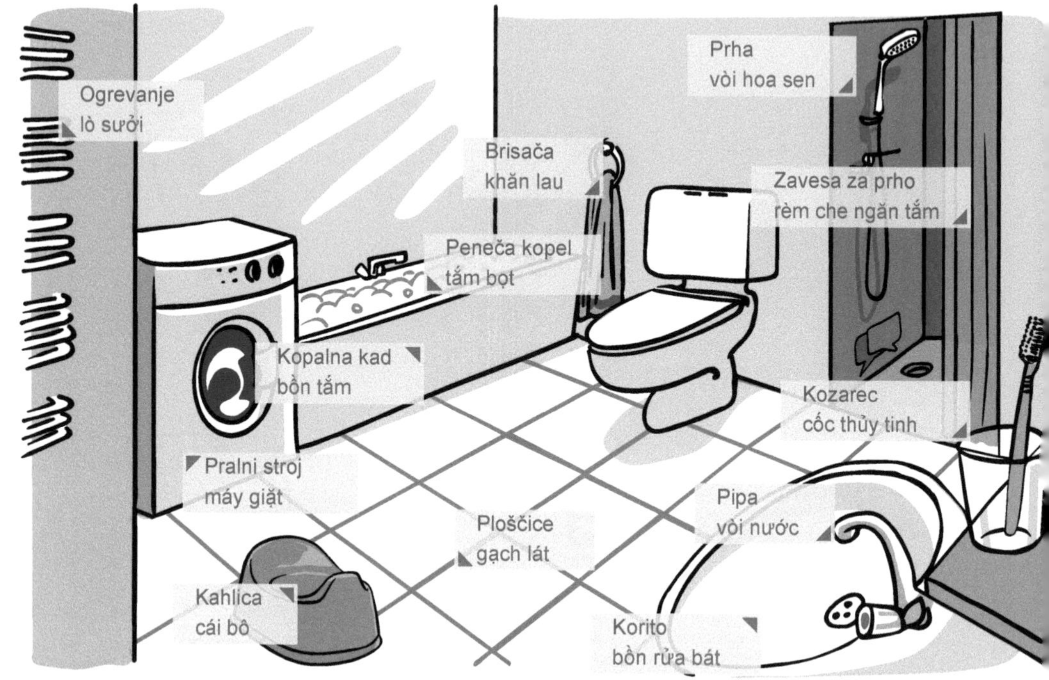

Ogrevanje
lò sưởi
Brisača
khăn lau
Prha
vòi hoa sen
Zavesa za prho
rèm che ngăn tắm
Peneča kopel
tắm bọt
Kopalna kad
bồn tắm
Kozarec
cốc thủy tinh
Pralni stroj
máy giặt
Pipa
vòi nước
Ploščice
gạch lát
Kahlica
cái bô
Korito
bồn rửa bát

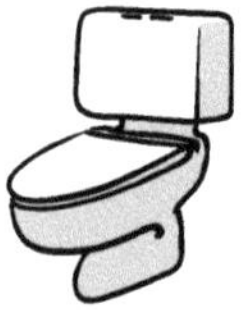

Stranišče
bồn cầu

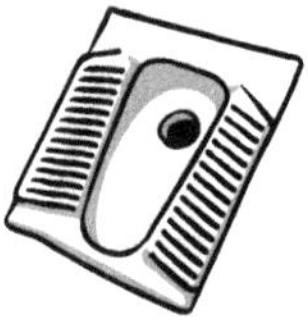

Stranišče na počep
bồn cầu ngồi xổm

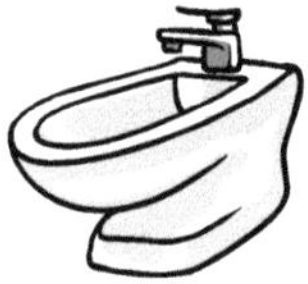

Bide
bồn rửa hậu môn

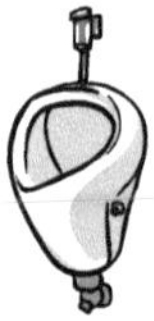

Pisoar
bồn tiểu tiện

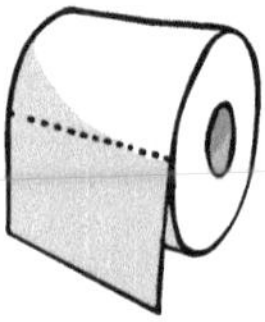

Toaletni papir
giấy vệ sinh

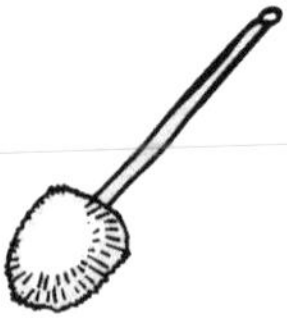

Ščetka za straniščno školjko
bàn chải cọ bồn cầu

Zobna ščetka

bàn chải đánh răng

Zobna pasta

kem đánh răng

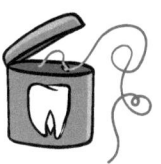

Zobna nitka

chỉ nha khoa

Umiti se

rửa

Ročna prha

vòi sen cầm tay

Prha za intimne dele

vòi rửa hậu môn

Umivalnik

bồn rửa

Krtača za hrbet

bàn chải cọ lưng

Milo

xà phòng

Gel za prhanje

sữa tắm

Šampon

dầu gội

Krpica za miljenje

khăn cọ để tắm

Odtok

lỗ thoát nước

Krema

kem

Deodorant

chất khử mùi

Ogledalo

gương

Ročno ogledalo

gương tay

Britvica

dao cạo râu

Pena za britje

kem cạo râu

Vodica po britju

nước thơm dùng sau khi cạo râu

Glavnik

cái lược

Ščetka

bàn chải

Sušilnik za lase

máy xấy tóc

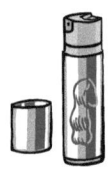

Lak za lase

keo xịt tóc

Ličila

đồ trang điểm

Šminka

thỏi son môi

Lak za nohte

sơn bôi móng

Vatirane blazinice

bông

Škarjice za nohte

kéo cắt móng

Parfum

nước hoa

Toaletna torbica

túi đựng đồ tắm

Stol brez naslonjala

ghế đẩu

Osebna tehtnica

cái cân

Kopalni plašč

áo choàng tắm

Gumijaste rokavice

găng tay làm vệ sinh

Tampon

nút gạc

Damski vložki

băng vệ sinh

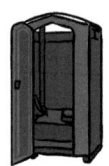

Kemično stranišče

nhà vệ sinh hóa chất

Otroška soba

phòng trẻ em

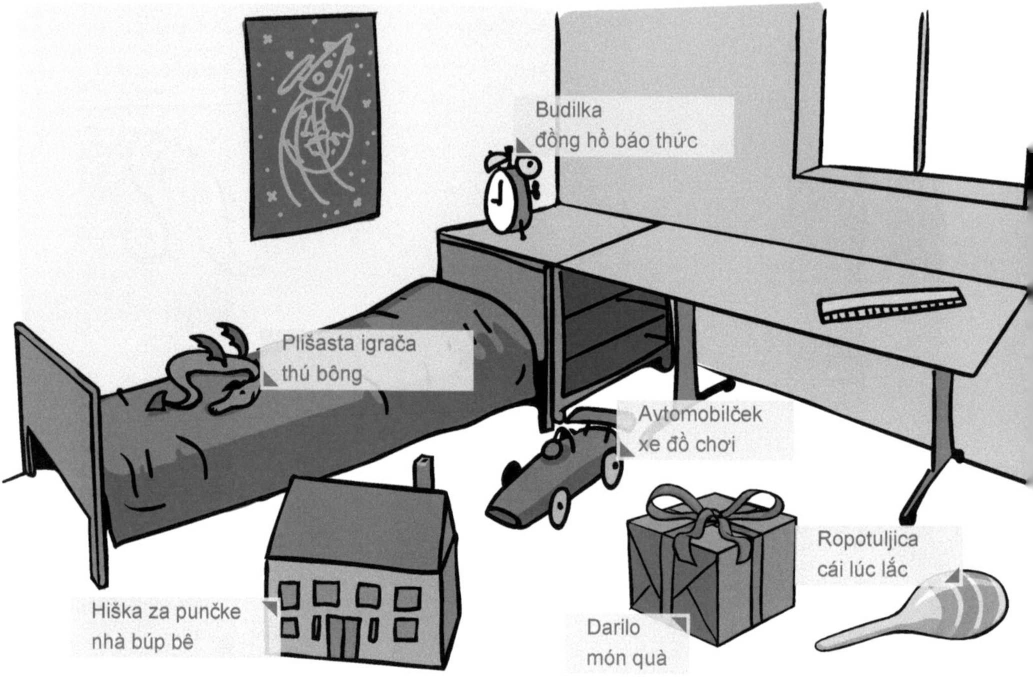

Budilka
đồng hồ báo thức
Plišasta igrača
thú bông
Avtomobilček
xe đồ chơi
Ropotuljica
cái lúc lắc
Hiška za punčke
nhà búp bê
Darilo
món quà

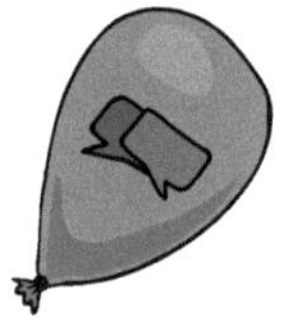

Balon

bong bóng

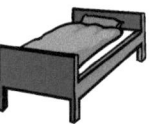

Postelja

giường

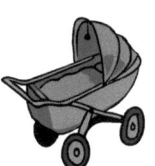

Otroški voziček

xe nôi

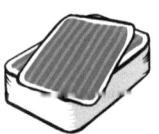

Igralne karte

trò chơi bài

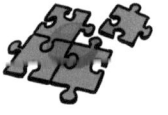

Sestavljanka

trò chơi ghép hình

SUPER MEGA

Strip

truyện tranh

Lego kocke

gạch Lego

Igralne kocke

khối xếp hình

Akcijska figura

nhân vật hành động

Bodi

áo liền quần cho trẻ sơ sinh

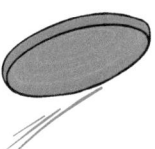

Frizbi

đĩa nhựa để ném

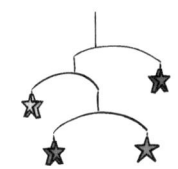

Vrtiljak za posteljico

đồ chơi treo trên giường

Namizna igra

trò chơi cờ bàn

Kocka

xúc xắc

Komplet modelov vlakov

đồ chơi xe lửa mô hình

Duda

ti giả

Zabava

buổi tiệc

Slikanica

sách tranh

Žoga

quả bóng

Lutka

búp bê

Igrati se

chơi

Peskovnik

hố cát

Gugalnica

cái đu

Igrače

đồ chơi

Igralna konzola

máy chơi game cầm tay

Tricikel

xe ba bánh

Plišasti medvedek

gấu bông

Garderoba

tủ quần áo

Oblačilo
y phục

Nogavice

bít tất

Samostoječe nogavice

bít tất dài

Hlačne nogavice

quần tất

Šal
khăn choàng cổ

Dežnik
ô che mưa

Pas
dây thắt lưng

Majica s kratkimi rokavi
áp phông

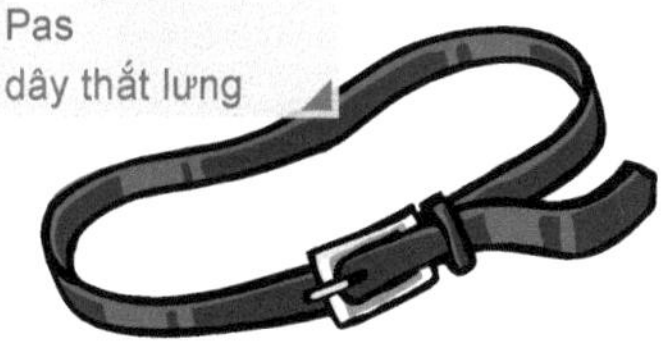

Športni copati
giày sneaker

Škornji
ủng

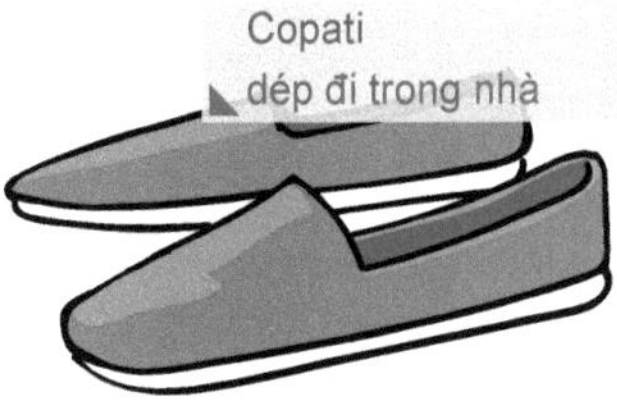

Copati
dép đi trong nhà

Sandali
....
dép xăng đan

Čevlji
....
giày

Gumijasti škornji
....
ủng cao su

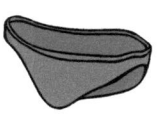

Spodnje hlače
....
quần lót

Modrček
....
áo ngực

Telovnik
....
áo vest

Bodi

áo ôm sát cơ thể

Hlače

quần dài

Kavbojke

quần bò

Krilo

váy

Bluza

áo cánh

Srajca

áo sơ mi

Pulover

áo len chui đầu

Pletena jopica

áo len

Jopa

áo blazer

Jakna

áo jacket

Plašč

áo khoác

Dežni plašč

áo mưa

Kostim

trang phục

Obleka

áo váy

Poročna obleka

áo cưới

Obleka

bộ com lê

Spalna srajca

áo ngủ

Piżama

pijama

Sari

trang phục sari

Naglavna ruta

khăn trùm đầu

Turban

khăn đội đầu

Burka

áo burka

Kaftan

áo captan

Abaja

áo aba

Kopalke

quần áo bơi

Kopalne hlače

quần bơi

Kratke hlače

quần đùi

Trenirka

quần áo tracksuit

Predpasnik

tạp dề

Rokavice

găng tay

Gumb

cái cúc

Očala

kính mắt

Zapestnica

vòng đeo tay

Verižica

vòng cổ

Prstan

nhẫn

Uhan

hoa tai

Kapa

mũ lưỡi trai

Obešalnik

cái mắc treo áo quần

Klobuk

mũ

Kravata

cà vạt

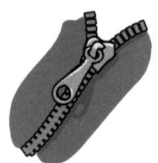

Zadrga

dây kéo phéc mơ tuya

Čelada

mũ bảo hiểm

Naramnice

dây đeo quần

Šolska uniforma

đồng phục học sinh

Uniforma

đồng phục

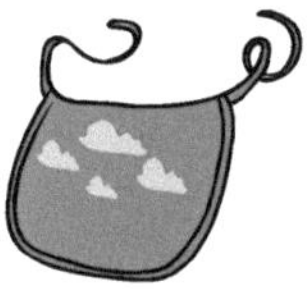

Slinček

yếm trẻ em

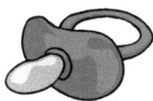

Duda

ti giả

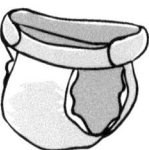

Plenica

tã lót

Pisarna
văn phòng

Strežnik
máy chủ
Kartotečna omara
tủ hồ sơ
Tiskalnik
máy in
Papir
giấy
Monitor
màn hình
Miška
chuột máy tính
Pisalna miza
bàn làm việc
Mapa
thư mục
Tipkovnica
bàn phím
Koš za smeti
thùng rác giấy
Računalnik
máy tính
Stol
ghế

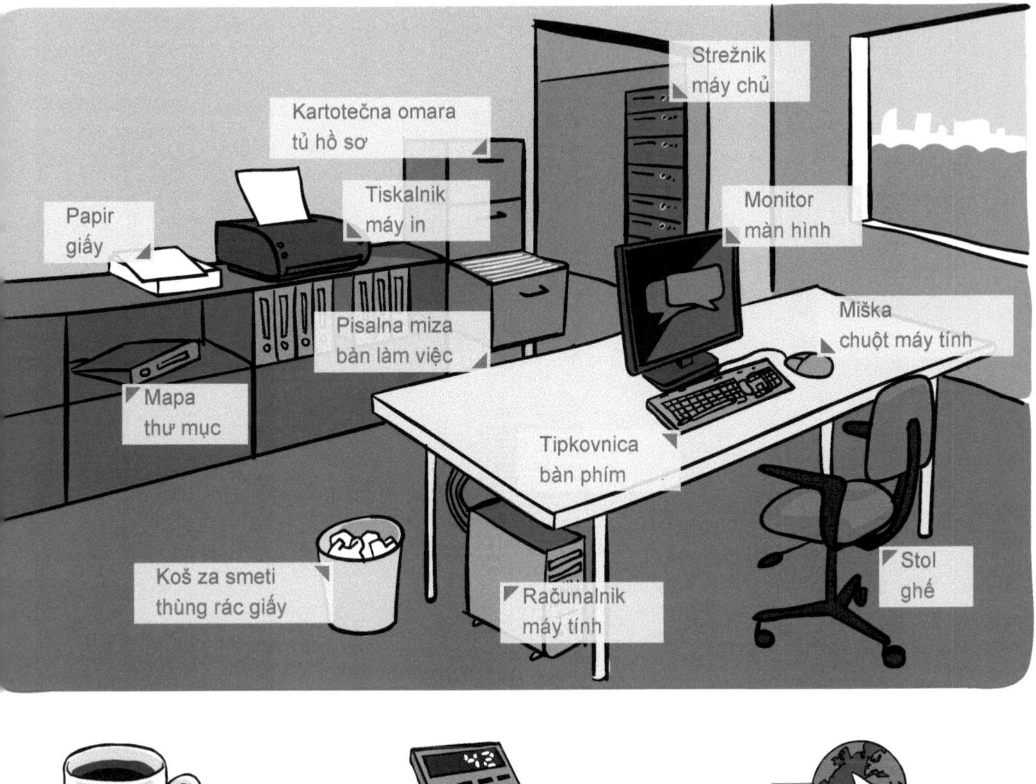

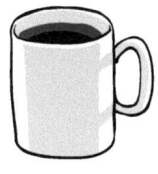

Lonček za kavo

cốc cà phê

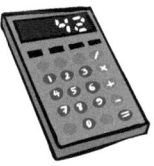

Kalkulator

máy tính bỏ túi

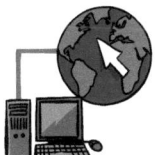

Internet

internet

Prenosnik
laptop

Pismo
thư

Sporočilo
tin nhắn

Mobilnik
điện thoại di động

Omrežje
mạng

Kopirni stroj
máy photocopy

Programska oprema
phần mềm

Telefon
điện thoại

Vtičnica
ổ cắm điện

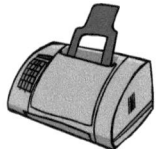

Telefaks
máy fax

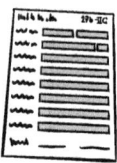

Obrazec
mẫu đơn

Dokument
chứng từ

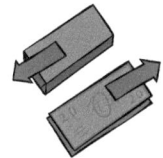

Kupiti

mua

Plačati

trả tiền

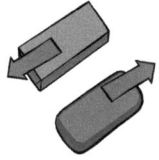

Trgovati

buôn bán

Denar

tiền

Dolar

đô la

Evro

Euro

Jen

yên

Rubelj

rúp

Švičarski frank

franc Thụy Sĩ

Kitajski juan renminbi

nhân dân tệ

Rupija

rupi

Bankomat

máy rút tiền tự động

Menjalnica

quầy đổi tiền

Zlato

vàng

Srebro

bạc

Nafta

dầu

Energija

năng lượng

Cena

giá tiền

Pogodba

hợp đồng

Davek

thuế

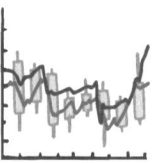

Delnice

cổ phiếu

Delati

làm việc

Delojemalec

nhân viên

Delodajalec

chủ lao động

Tovarna

nhà máy

Trgovina

cửa hiệu

Poklici
nghề nghiệp

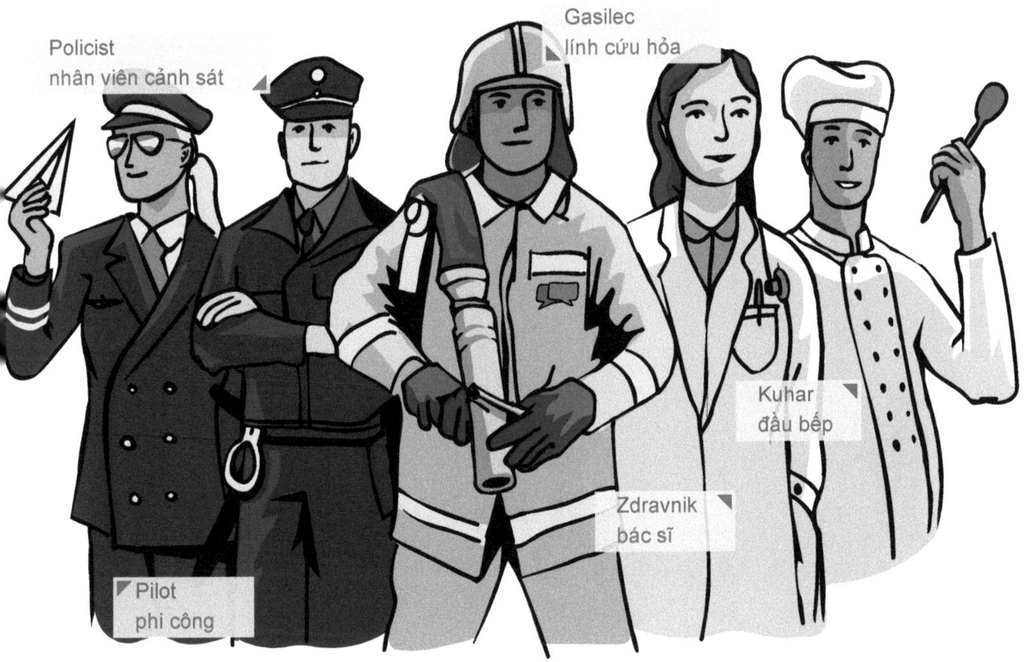

Policist
nhân viên cảnh sát
Gasilec
lính cứu hỏa
Kuhar
đầu bếp
Zdravnik
bác sĩ
Pilot
phi công

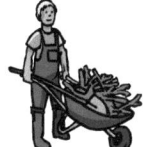

Vrtnar

người làm vườn

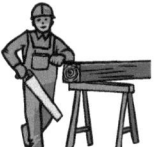

Mizar

thợ mộc

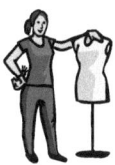

Šivilja

thợ may

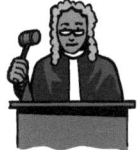

Sodnik

chánh án

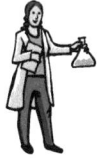

Kemik

nhà hóa học

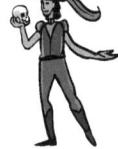

Igralec

diễn viên

Voznik avtobusa

tài xế xe buýt

Taksist

người lái taxi

Ribič

ngư dân

Čistilka

người lau dọn vệ sinh

Krovec

thợ lợp mái nhà

Natakar

bồi bàn

Lovec

thợ săn

Pleskar

họa sĩ

Pek

thợ làm bánh

Električar

thợ điện

Gradbenik

thợ xây dựng

Inženir

kỹ sư

Mesar

người hàng thịt

Vodovodni inštalater

thợ sửa ống nước

Poštar

người đưa thư

Vojak
người lính

Arhitekt
kiến trúc sư

Blagajnik
nhân viên thu ngân

Cvetličar
người bán hoa

Frizer
thợ cắt tóc

Sprevodnik
nhân viên soát vé

Mehanik
thợ cơ khí

Kapitan
thuyền trưởng

Zobozdravnik
nha sĩ

Znanstvenik
nhà khoa học

Rabin
giáo sĩ Do thái

Imam
lãnh tụ Hồi giáo

Menih
nhà sư

Duhovnik
mục sư

Orodje
dụng cụ

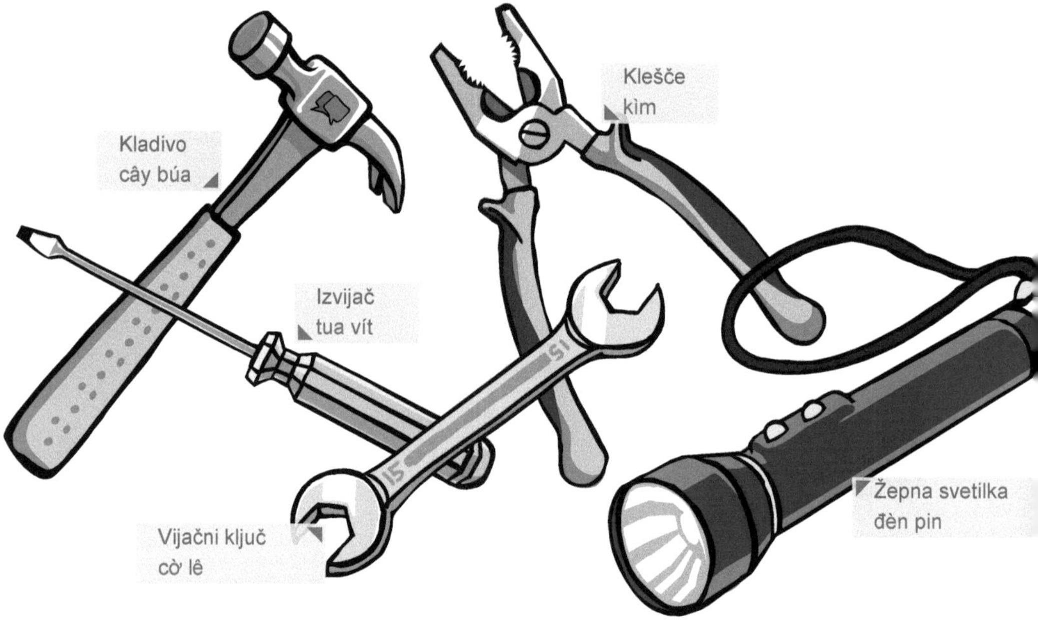
Kladivo
cây búa
Klešče
kìm
Izvijač
tua vít
Žepna svetilka
đèn pin
Vijačni ključ
cờ lê

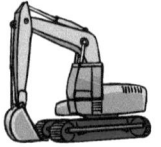

Bager
máy xúc đất

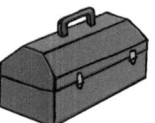

Zaboj z orodjem
hộp dụng cụ

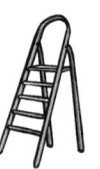

Lestev
cái thang

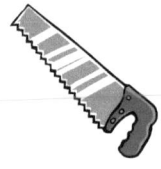

Žaga
cưa

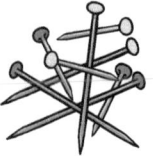

Žeblji
đinh

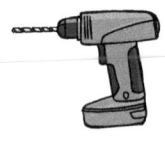

Vrtalnik
máy khoan

Popraviti

sửa chữa

Lopata

cái xẻng

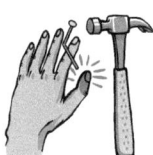

Šment!

khốn nạn!

Smetišnica

cái hót rác

Posoda z barvo

thùng sơn

Vijaki

vít

Glasbeni instrument
nhạc cụ

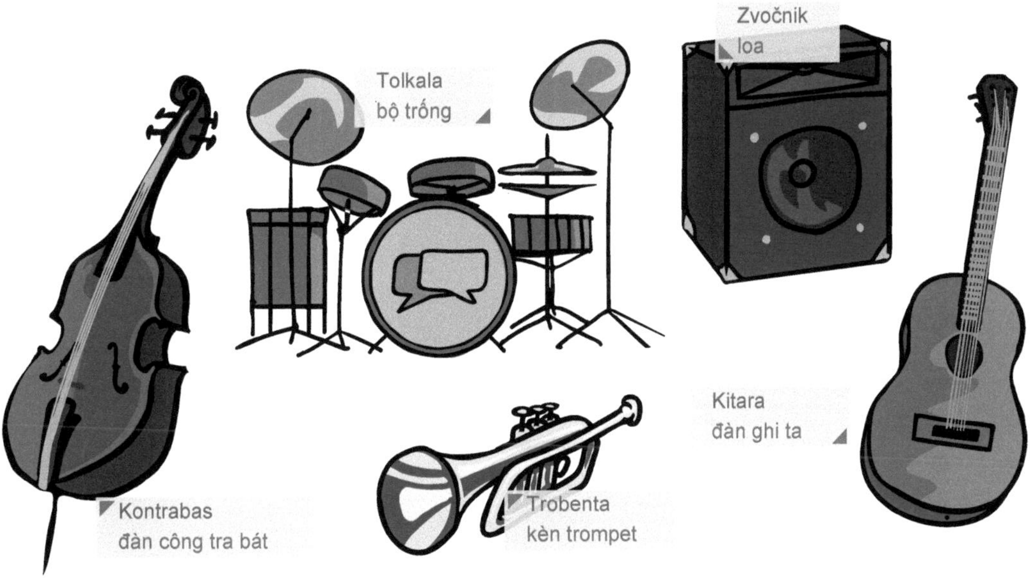

Zvočnik
loa

Tolkala
bộ trống

Kitara
đàn ghi ta

Kontrabas
đàn công tra bát

Trobenta
kèn trompet

Klavir

đàn piano

Violina

đàn vĩ cầm

Bas kitara

ghi ta bass

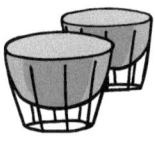

Pavke

trống định âm

Bobni

trống

Sintetizator

đàn organ

Saksofon

kèn Saxophone

Flavta

sáo

Mikrofon

micro

Živalski vrt

vườn bách thú

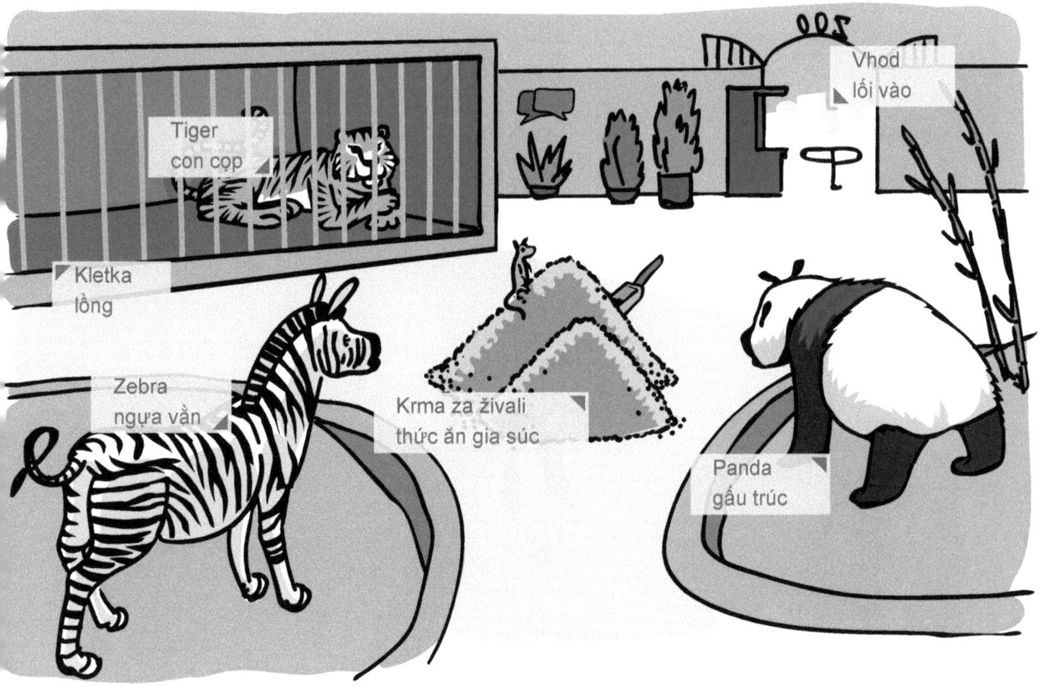

zoo
Vhod
lối vào
Tiger
con cọp
Kletka
lồng
Zebra
ngựa vằn
Krma za živali
thức ăn gia súc
Panda
gấu trúc

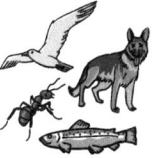

Živali

động vật

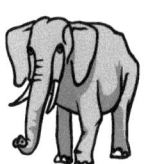

Slon

con voi

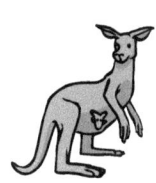

Kenguru

chuột túi

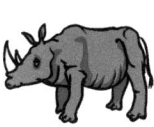

Nosorog

tê giác

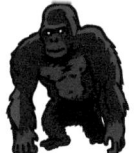

Gorila

khỉ đột

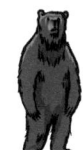

Medved

con gấu

Kamela

lạc đà

Noj

đà điểu

Lev

sư tử

Opica

con khỉ

Plamenec

hồng hạc

Papagaj

con vẹt

Severni medved

gấu bắc cực

Pingvin

chim cánh cụt

Morski pes

cá mập

Pav

con công

Kača

con rắn

Krokodil

cá sấu

Oskrbnik v živalskem vrtu

người trông giữ vườn bách
thú

Tjulenj

hải cẩu

Jaguar

báo đốm

Poni

ngựa lùn

Leopard

con báo

Povodni konj

hà mã

Žirafa

hươu cao cổ

Orel

đại bàng

Divji prašič

heo rừng

Riba

cá

Želva

con rùa

Mrož

hải mã

Lisica

con cáo

Gazela

linh dương

Ameriški nogomet
bóng bầu dục Mỹ

Kolesarjenje
đua xe đạp

Tenis
quần vợt

Košarka
bóng rổ

Plavanje
bơi

Boks
đấm bốc

Hokej
khúc côn cầu trên băng

Nogomet
bóng đá

Badminton
cầu lông

Atletika
điền kinh

Rokomet
bóng ném

Smučanje
trượt tuyết

Polo
polo

Dejavnosti
các hoạt động

Skočiti
nhảy
Objeti
ôm
Smejati se
cười
Hoditi
đi bộ
Peti
ca hát
Sanjati
mơ
Moliti
cầu nguyện
Poljubiti
hôn

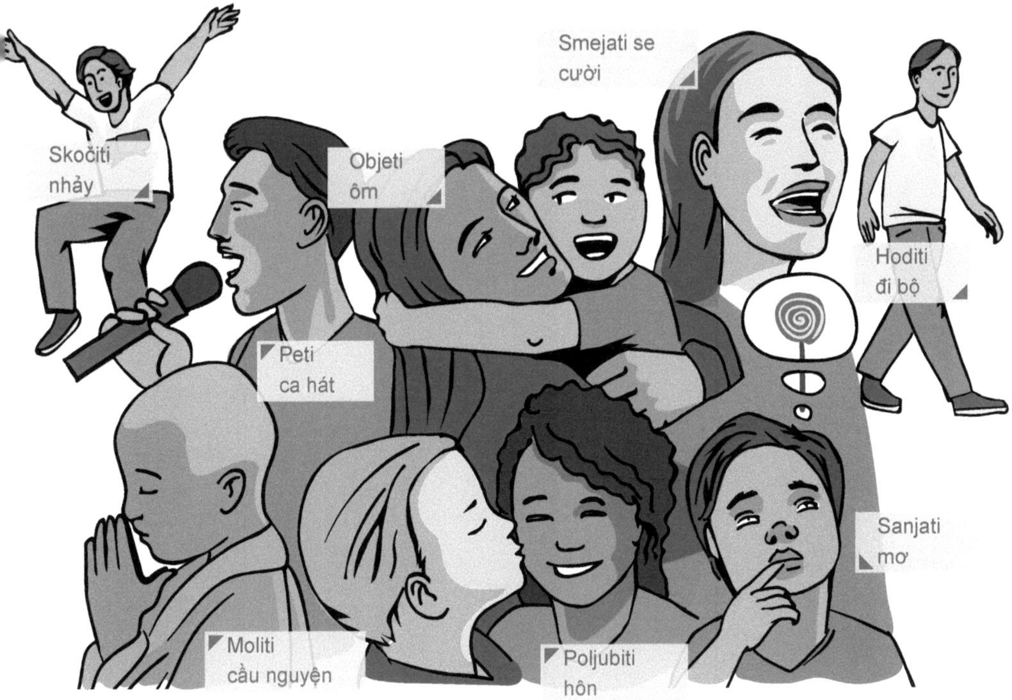

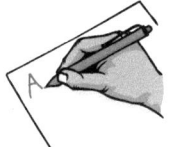

Pisati

viết

Risati

vẽ

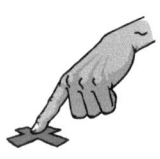

Pokazati

chỉ trỏ

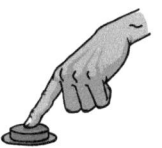

Potisniti

đẩy

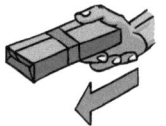

Dati

cho

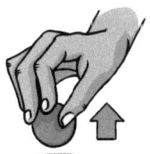

Vzeti

lấy đi

Imeti

có

Narediti

làm

Biti

thì / là

Stati

đứng

Teči

chạy

Vleči

kéo

Vreči

ném

Pasti

rơi

Ležati

nằm

Čakati

chờ đợi

Nositi

mang vác

Sedeti

ngồi

Obleči se

mặc quần áo

Spati

ngủ

Zbuditi se

thức dậy

Gledati

xem

Jokati

khóc

Božati

vuốt ve

Česati se

chải

Govoriti

nói chuyện

Razumeti

hiểu

Vprašati

câu hỏi

Poslušati

nghe

Piti

uống

Jesti

ăn

Pospraviti

dọn dẹp

Ljubiti

yêu

Kuhati

nấu nướng

Voziti

lái xe

Leteti

bay

Jadrati

đi thuyền buồm

Računanje

tính toán

Brati

đọc

Učiti se

học

Delati

làm việc

Poročiti se

cưới

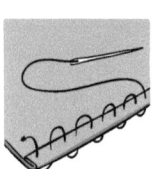

Šivati

khâu vá

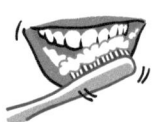

Ščetkati si zobe

đánh răng

Ubiti

giết

Kaditi

hút thuốc

Poslati

gửi đi

Družina
gia đình

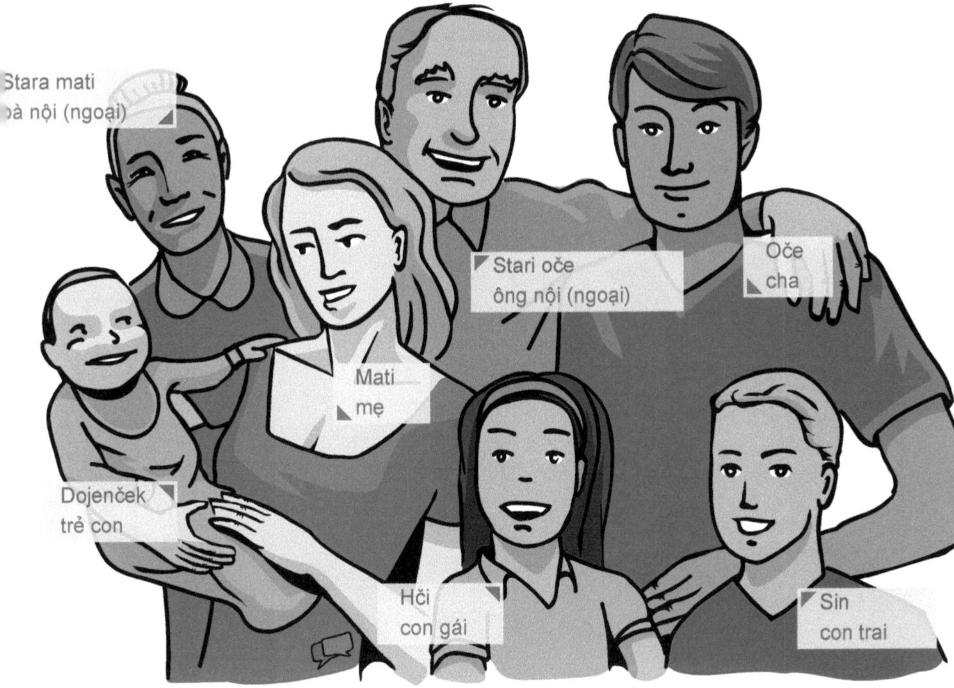

Stara mati
bà nội (ngoại)
Stari oče
ông nội (ngoại)
Oče
cha
Mati
mẹ
Dojenček
trẻ con
Hči
con gái
Sin
con trai

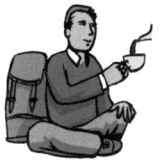

Gost

khách

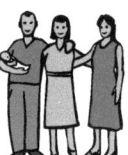

Teta

cô (dì)

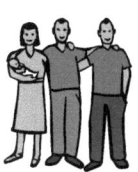

Stric

chú, bác (cậu)

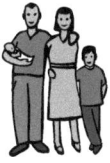

Brat

anh (em) trai

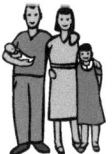

Sestra

chị (em) gái

Telo
cơ thể

Čelo
trán
Oko
mắt
Rama
vai
Prst
ngón tay
Obraz
mặt
Brada
cằm
Dlan
bàn tay
Noga
chân
Prsi
ngực
Roka
cánh tay

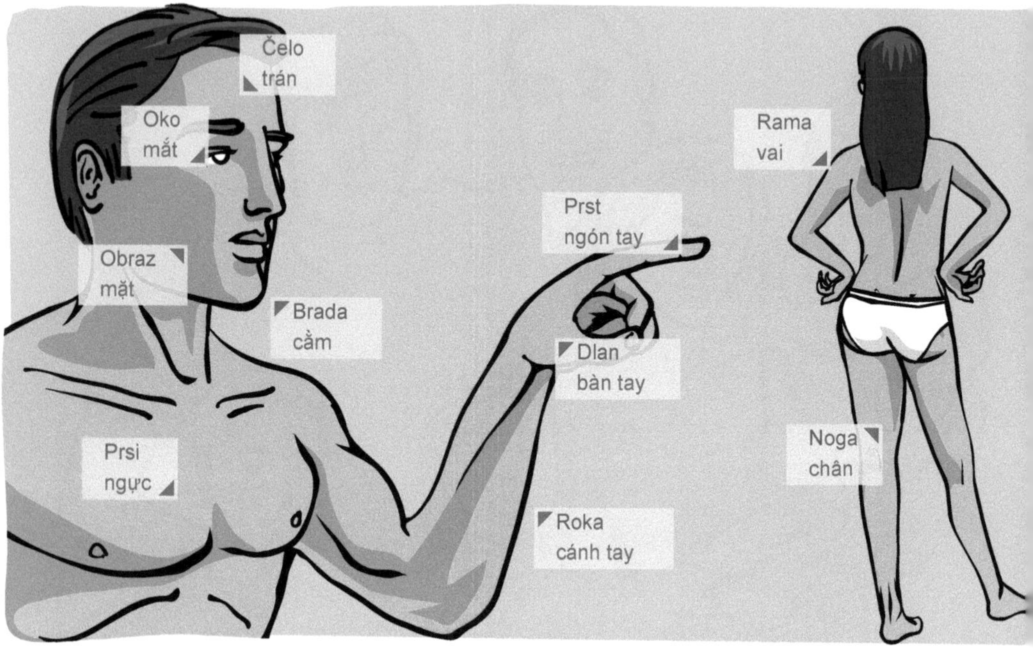

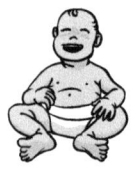

Dojenček

trẻ con

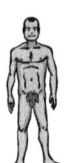

Človek

đàn ông

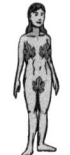

Ženska

phụ nữ

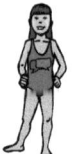

Dekle

bé gái

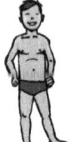

Fant

bé trai

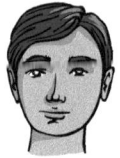

Glava

đầu

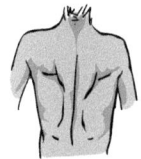

Hrbet

lưng

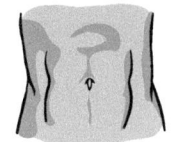

Trebuh

bụng

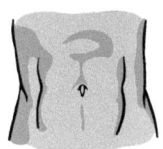

Popek

rốn

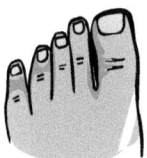

Prst na nogi

ngón chân

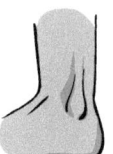

Peta

gót chân

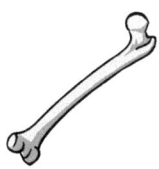

Kost

xương

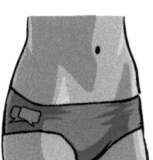

Kolk

hông

Koleno

đầu gối

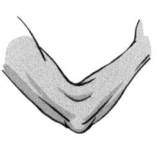

Komolec

khuỷu tay

Nos

mũi

Zadnjica

mông

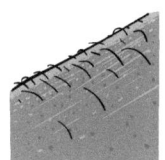

Koža

da

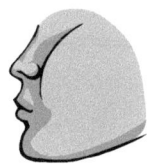

Lice

má

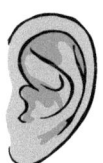

Uho

tai

Ustnica

môi

Usta

miệng

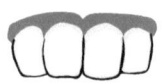

Zob

răng

Jezik

lưỡi

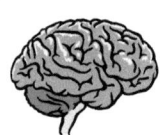

Možgani

não

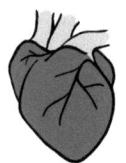

Srce

tim

Mišica

cơ bắp

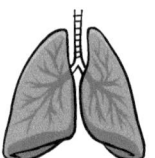

Pljuča

phổi

Jetra

gan

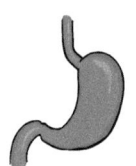

Želodec

dạ dày

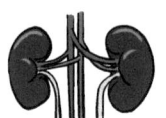

Ledvice

thận

Spolni odnos

giao hợp

Kondom

bao cao su

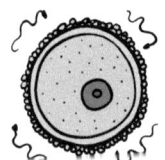

Jajčece

noãn

Semenska tekočina

tinh dịch

Nosečnost

mang thai

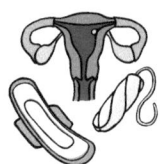

Menstruacija

kinh nguyệt

Vagina

âm vật

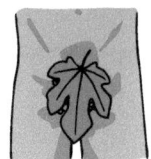

Penis

dương vật

Obrv

lông mày

Lasje

tóc

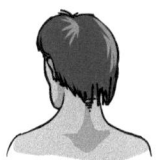

Vrat

cổ

Bolnišnica
bệnh viện

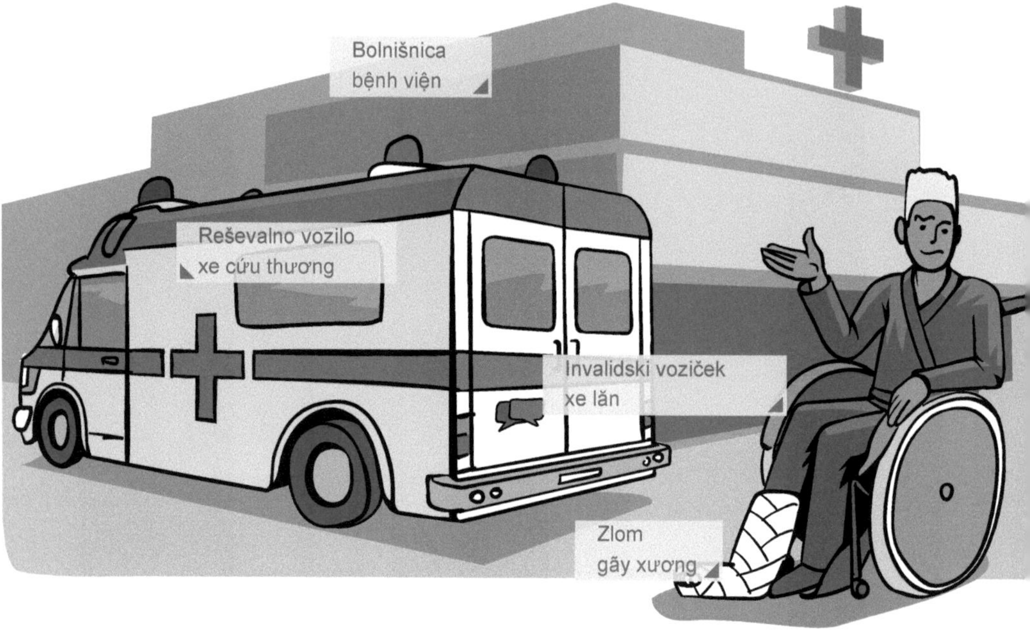

Bolnišnica
bệnh viện
Reševalno vozilo
xe cứu thương
Invalidski voziček
xe lăn
Zlom
gãy xương

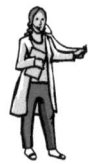

Zdravnik

bác sĩ

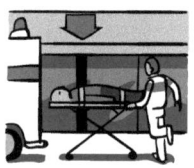

Urgenca

phòng cấp cứu

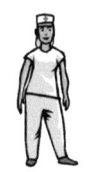

Medicinska sestra

y tá

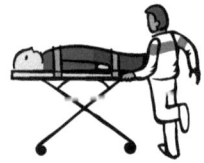

Nujni primer

cấp cứu

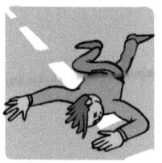

Nezavesten

bất tỉnh

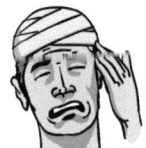

Bolečina

cơn đau

Poškodba

bị thương

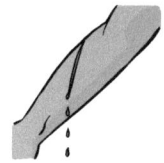

Krvavenje

chảy máu

Srčni infarkt

nhồi máu cơ tim

Kap

đột quỵ

Alergija

dị ứng

Kašelj

ho

Vročina

sốt

Gripa

cúm

Driska

tiêu chảy

Glavobol

đau đầu

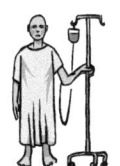

Rak

ung thư

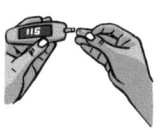

Sladkorna bolezen

bệnh tiểu đường

Kirurg

bác sĩ phẫu thuật

Skalpel

dao mổ

Operacija

giải phẫu

CT

chụp cắt lớp

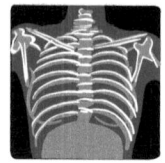

Rentgen

chụp x-quang

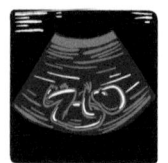

Ultrazvok

siêu âm

Obrazna maska

mặt nạ

Bolezen

bệnh

Čakalnica

phòng đợi

Bergla

cái nạng

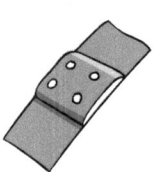

Obliž

băng dán vết thương

Preveza

băng bó

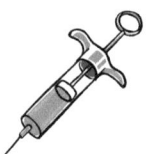

Injekcija

tiêm thuốc

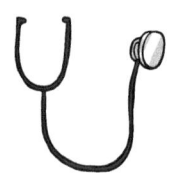

Stetoskop

ống nghe khám bệnh

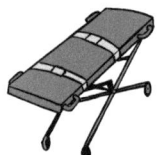

Nosila

băng ca

Klinični termometer

nhiệt kế

Porod

sinh đẻ

Prekomerna teža

thừa cân

Slušni pripomoček

máy trợ thính

Razkužilo

chất khử trùng

Okužba

nhiễm trùng

Virus

vi rút

HIV / AIDS

HIV / AIDS

Medicina

thuốc

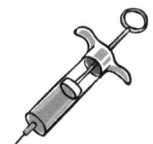

Cepljenje

tiêm chủng

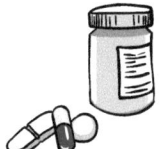

Tablete

thuốc viên

Tableta

viên thuốc

Klic v sili

gọi cấp cứu

Merilnik krvnega tlaka

máy đo huyết áp

bolano / zdravo

bệnh / khỏe mạnh

Na pomoč!

cứu!

Alarm

báo động

Napad

cuộc đột kích

Napad

sự tấn công

Nevarnost

mối nguy hiểm

Izhod v sili

lối thoát hiểm

Gori!

cháy!

Gasilni aparat

bình chữa cháy

Nezgoda

tai nạn

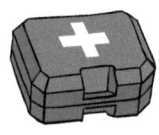

Komplet za prvo pomoč

bộ dụng cụ sơ cứu

SOS

SOS

Policija

cảnh sát

Evropa

châu Âu

Severna Amerika

Bắc Mỹ

Južna Amerika

Nam Mỹ

Afrika

châu Phi

Azija

châu Á

Avstralija

châu Úc

Atlantski ocean

Đại Tây Dương

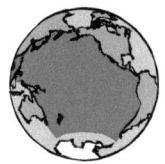

Tihi ocean

Thái Bình Dương

Indijski ocean

Ấn Độ Dương

Južni ocean

Nam Cực Dương

Arktični ocean

Bắc Băng Dương

Severni tečaj

bắc cực

Južni tečaj

nam cực

Antarktika

nam cực

Zemlja

trái đất

Kopno

đất liền

Morje

biển

Otok

đảo

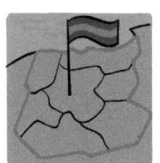

Narod

quốc gia

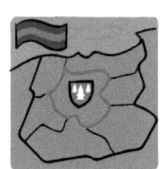

Država

nhà nước

Št:evilčnica

mặt đồng hồ

Urni kazalec

kim chỉ giờ

Minutni kazalec

kim chỉ phút

Sekundni kazalec

kim chỉ giây

Koliko je ura?

Bây giờ là mấy giờ?

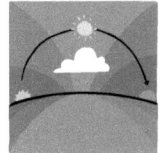

Dan

ngày

Čas

thời gian

Zdaj

bây giờ

Digitalna ura

đồng hồ điện tử

Minuta

phút

Ura

giờ

Teden
tuần lễ

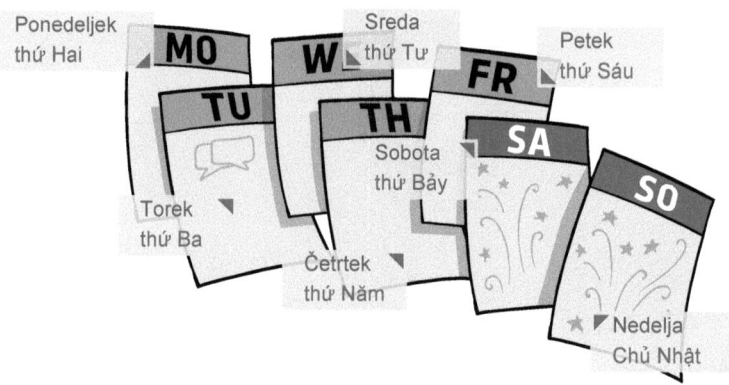

Ponedeljek
thứ Hai

Sreda
thứ Tư

Petek
thứ Sáu

Torek
thứ Ba

Sobota
thứ Bảy

Četrtek
thứ Năm

Nedelja
Chủ Nhật

Včeraj

hôm qua

Danes

hôm nay

Jutri

ngày mai

Jutro

buổi sáng

Poldne

buổi trưa

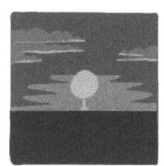

Večer

buổi tối

MO	TU	WE	TH	FR	SA	SU
1	2	3	4	5	6	7
8	9	10	11	12	13	14
15	16	17	18	19	20	21
22	23	24	25	26	27	28
29	30	31	1	2	3	4

Delovni dnevi

ngày làm việc

MO	TU	WE	TH	FR	SA	SU
1	2	3	4	5	6	7
8	9	10	11	12	13	14
15	16	17	18	19	20	21
22	23	24	25	26	27	28
29	30	31	1	2	3	4

Konec tedna

cuối tuần

Leto
năm

Mavrica
cầu vồng
Dež
mưa
Sneg
tuyết
Veter
gió
Pomlad
mùa xuân
Jesen
mùa thu
Poletje
mùa hè
Zima
mùa đông

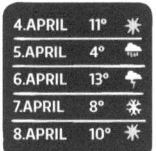

4.APRIL 11°
5.APRIL 4°
6.APRIL 13°
7.APRIL 8°
8.APRIL 10°

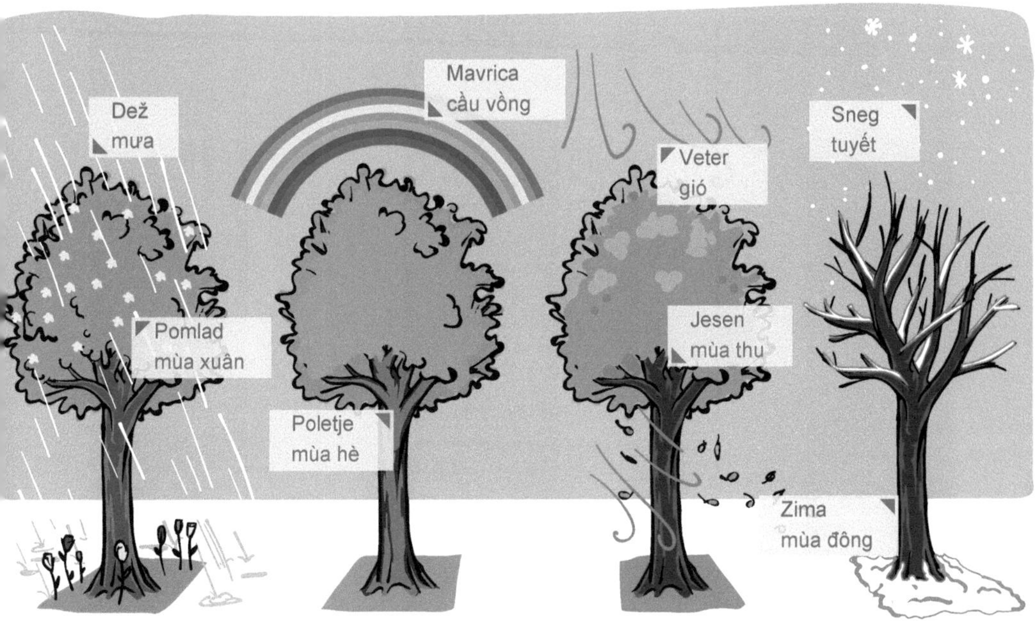

Vremenska napoved

dự báo thời tiết

F C
120 40
90 30
60 20
30 10
0 0
-30 -10
-20

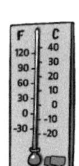

Termometer

nhiệt kế

Sončna svetloba

ánh nắng

Oblak

mây

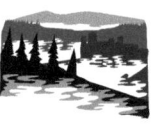

Megla

sương mù

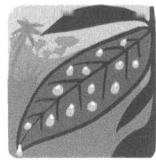

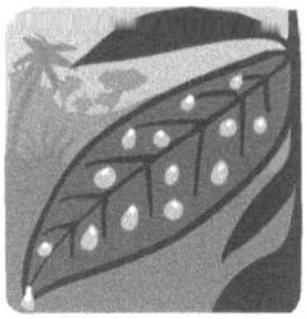

Vlažnost

độ ẩm không khí

Strela

tia chớp

Grom

sấm sét

Nevihta

cơn bão

Toča

mưa đá

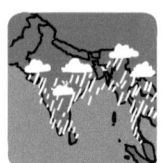

Monsun

gió mùa

Poplava

lũ lụt

Led

nước đá

Januar

tháng Một

Februar

tháng Hai

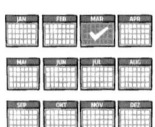

Marec

tháng Ba

April

tháng Tư

Maj

tháng Năm

Junij

tháng Sáu

Julij

tháng Bảy

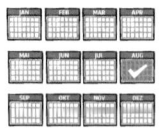

Avgust

tháng Tám

September
....
tháng Chín

Oktober
....
tháng Mười

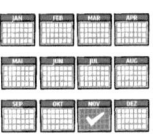

November
....
tháng Mười Một

December
....
tháng Mười Hai

Oblike
hình dạng

Krogla
....
hình tròn

Kvadrat
....
hình vuông

Pravokotnik
....
hình chữ nhật

Trikotnik
....
hình tam giác

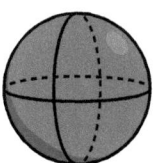

Krogla
....
hình cầu

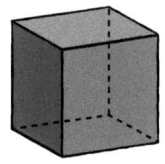

Kocka
....
khối vuông

Bela

màu trắng

Rumena

màu vàng

Oranžna

màu cam

Rožnata

màu hồng

Rdeča

màu đỏ

Vijolična

màu tím

Modra

màu xanh dương

Zelena

màu xanh lá cây

Rjava

màu nâu

Siva

màu xám

Črna

màu đen

veliko / malo
nhiều / ít

jezno / umirjeno
tức tối / điềm tĩnh

lepo / grdo
xinh đẹp / xấu xí

začetek / konec
bắt đầu / kết thúc

veliko / majhno
to / nhỏ

svetlo / temno
sáng / tối

brat / sestra
anh (em) trai / chị (em) gái

čisto / umazano
sạch / bẩn

popolno / nepopolno
đủ / thiếu

dan / noč
ngày / đêm

mrtvo / živo
chết / sống

široko / ozko
rộng / chật hẹp

užitno / neužitno

ăn được / không ăn được

zlobno / prijazno

ác / tử tế

vznemirjeno / zdolgočaseno

hào hứng / chán nản

debelo / vitko

béo / gầy

prvo / zadnje

đầu tiên / cuối cùng

prijatelj / sovražnik

bạn / thù

polno / prazno

đầy / rỗng

trdo / mehko

cứng / mềm

težko / lahko

nặng / nhẹ

lakota / žeja

đói / khát

bolano / zdravo

bệnh / khỏe mạnh

nezakonito / zakonito

bất hợp pháp / hợp pháp

pametno / neumno

thông minh / ngu

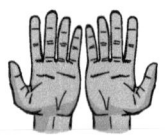

levo / desno

trái / phải

blizu / daleč

gần / xa

novo / rabljeno

mới / cũ

nič / nekaj

không có gì cả / có cái gì đó

staro / mlado

già / trẻ

vklopljeno / izklopljeno

bật / tắc

odprto / zaprto

mở / đóng

tiho / glasno

im lặng / ồn ào

bogato / revno

giàu / nghèo

prav / narobe

đúng / sai

grobo / gladko

sần sùi / mịn màng

žalostno / veselo

buồn / vui

kratko / dolgo

ngắn / dài

počasi / hitro

chậm / nhanh

mokro / suho

ẩm ướt / khô ráo

toplo / hladno

ấm áp / mát mẻ

vojna / mir

chiến tranh / hòa bình

Števila

con số

0	**1**	**2**
Ničla	Ena	Dva
số không	một	hai
3	**4**	**5**
Tri	Štiri	Pet
ba	bốn	năm
6	**7**	**8**
Šest	Sedem	Osem
sáu	bảy	tám
9	**10**	**11**
Devet	Deset	Enajst
chín	mười	mười một

12

Dvanajst

mười hai

13

Trinajst

mười ba

14

Štirinajst

mười bốn

15

Petnajst

mười lăm

16

Šestnajst

mười sáu

17

Sedemnajst

mười bảy

18

Osemnajst

mười tám

19

Devetnajst

mười chín

20

Dvajset

hai mươi

100

Sto

một trăm

1.000

Tisoč

một ngàn

1.000.000

Milijon

một triệu

Angleščina

tiếng Anh

Ameriška angleščina

tiếng Anh Mỹ

Mandarinščina

tiếng Quan Thoại

Hindujščina

tiếng Hin-di

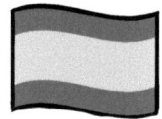

Španščina

tiếng Tây Ban Nha

Francoščina

tiếng Pháp

Arabščina

tiếng Ả-rập

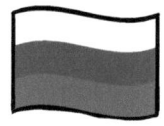

Ruščina

tiếng Nga

Portugalščina

tiếng Bồ Đào Nha

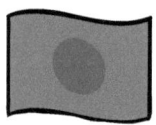

Bengalščina

tiếng Bengal

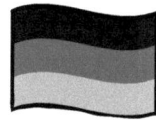

Nemščina

tiếng Đức

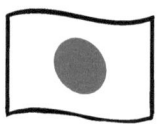

Japonščina

tiếng Nhật

Jaz

tôi

Ti

bạn

On / ona / tisto

anh ta / cô ta / nó

Mi

chúng tôi

Vi

các bạn

Oni

họ

Kdo?

ai?

Kaj?

cái gì?

Kako?

như thế nào?

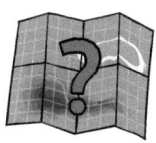

Kje?

ở đâu?

Kdaj?

lúc nào?

Ime

tên

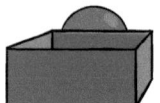

Zadaj

phía sau

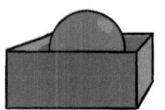

V

ở trong

Pred

phía trước

Nad

phía trên

Na

ở trên

Pod

ở dưới

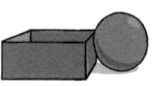

Poleg

bên cạnh

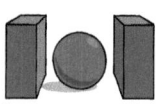

Med

ở giữa

Kraj

chỗ